Beginners' Vietnamese

Dana Healy

Teach® Yourself

First published in Great Britain as *Get Started in Vietnamese* by Hodder Education. An Hachette UK company.

This edition published by Teach Yourself in 2024

An imprint of John Murray Press

1

Copyright © Dana Healy 2013, 2024

The right of Dana Healy to be identified as the Author of the Work has been asserted by her in accordance with the Copyright, Designs and Patents Act 1988.

Editorial support from Haremi Ltd

All rights reserved. No part of this publication may be reproduced, stored in a retrieval system, or transmitted, in any form or by any means without the prior written permission of the publisher, nor be otherwise circulated in any form of binding or cover other than that in which it is published and without a similar condition being imposed on the subsequent purchaser.

A CIP catalogue record for this title is available from the British Library

Paperback ISBN 9781399818230

ebook ISBN 9781399819206

Typeset by Integra Software Services Pvt. Ltd., Pondicherry, India
Printed and bound in Great Britain by Clays Ltd, Elcograf S.p.A.

John Murray Press policy is to use papers that are natural, renewable and recyclable products and made from wood grown in sustainable forests. The logging and manufacturing processes are expected to conform to the environmental regulations of the country of origin.

John Murray Press	Nicholas Brealey Publishing
Carmelite House	Hachette Book Group
50 Victoria Embankment	Market Place, Center 53, State Street
London EC4Y 0DZ	Boston, MA 02109, USA

www.teachyourself.com

John Murray Press, part of Hodder & Stoughton Limited

An Hachette UK company

Contents

	Meet the author	v
	How the book works	vii
	Learn to learn	xii
	Pronunciation guide	xvi
	Useful expressions	xxii
1	**Xin chào. Anh có khỏe không?** *Hello. How are you?*	2
	Say hello and goodbye • Introduce yourself and others • State your name and nationality • Address people correctly • Create simple sentences *I am . . ., I am not. . .*	
2	**Anh có mấy anh chị em?** *How many brothers and sisters do you have?*	14
	Talk about family, relatives and relationships • Create different types of questions • Ask *who? where? what?*	
3	**Bây giờ là mấy giờ?** *What time is it?*	24
	Tell the time • Count in Vietnamese • Describe the different parts of a day • Ask at what time something starts and finishes • Discuss your daily schedule	
	Review 1	34
4	**Ngày mai anh có bận không?** *Are you busy tomorrow?*	38
	Express dates, days of the week and months in a year • Use ordinal numbers • Discuss schedules and dates • Use the past, present and future tenses in Vietnamese.	
5	**Hỏi đường** *Asking for directions*	48
	Ask for and understand simple directions • Make requests and commands • Discuss different means of transport • Ask how far? how long?	

6	**Thế nào?** *What is it like?*	58
	Use basic Vietnamese adjectives • Describe people, objects and places • Ask what something or somebody is like • State your likes, dislikes and preferences • Form comparative and superlative degrees of adjectives.	
7	**Cái này giá bao nhiêu?** *How much is this?*	68
	Ask for something in a shop • Ask for different sizes and check the price • Talk about colors • Describe what people are wearing • Use classifiers and demonstrative pronouns • Create plurals.	
	Review 2	80
8	**Cuối tuần bạn thích làm gì?** *What do you like doing at the weekend?*	84
	Order a meal in a restaurant • Discuss spare time activities • Ask why? and provide reasons • Ask if someone has done something yet.	
9	**Thuê nhà** *Renting a house*	94
	Book a room in a hotel • Rent a house • Describe rooms in a house • Use Vietnamese prepositions • Join sentences with conjunctions.	
10	**Chúng ta đi du lịch đi!** *Let's go travelling!*	106
	Make travel arrangements • Exchange money • Understand basic tourist information.	
	Review 3	116
	Key to exercises	120
	Vietnamese–English vocabulary	144
	English–Vietnamese vocabulary	164
	Can-do statements	175

Meet the author

Dana Healy is a Senior Lecturer in Vietnamese Studies at the School of Oriental and African Studies (SOAS), University of London. She has been responsible for establishing a comprehensive undergraduate, postgraduate and MPhil/PhD program that embraces wide-ranging aspects of Vietnamese studies, including language, literature and cinema. Her research interests include modern Vietnamese cultural studies, literature, cinema and internet culture.

How the book works

Key facts about the Vietnamese language

Vietnamese is the official language of Vietnam; it is the mother tongue of the Việt (Kinh) people and a common language of 53 other ethnic minorities living there. It is also spoken in sizeable communities abroad which form the Vietnamese diaspora (in The United States, Australia, France, Canada, United Kingdom, Germany and in many Asian countries such as Korea, Japan and Thailand).

Vietnamese forms a part of the Austro-Asiatic family of languages and belongs to the Mon-Khmer group. The Vietnamese language is not linguistically connected to Chinese which is a common misconception based on the fact that the Chinese language was for centuries used as the official language for administration and education in Vietnam.

Traditionally, the three main dialects have been identified as Northern Vietnamese, Central Vietnamese and Southern Vietnamese. In recent years scholars have acknowledged the existence of a fourth, North-Central Vietnamese. Many of the differences between the dialects relate to pronunciation; there also exist some minor vocabulary differences but the dialects are mutually intelligible.

Vietnamese is a tonal language. It makes use of tonal distinctions to differentiate lexical meaning: words are pronounced in a different pitch. For most learners, it is these tones that present the biggest hurdle in learning the language. Standard Vietnamese has six tones.

Vietnamese is an analytic/isolating (non-inflective) language (i.e. words are invariable). Picking up the basics of Vietnamese grammar is relatively easy. The word order is crucial: individual grammatical categories are created by means of grammatical words which are inserted into a precisely defined position in a sentence.

The modern Vietnamese writing system, *quốc ngữ*, uses the Latin alphabet with a few special diacritics (to mark, for example, individual tones). The script was created by European missionaries in the 17th century but was not widely used in Vietnam until the late 19th/early 20th century.

Computer support for Vietnamese. The **Unicode** character set contains all Vietnamese characters and the Vietnamese currency symbol.

How to use this book

The book consists of an introductory **Pronunciation guide** to familiarize you with the basic sounds of Vietnamese and an introduction to **Useful Expressions** to help you get the most practical phrases under your belt before you start.

A little goes a long way!

Try to use the book little and often, rather than for long stretches at a time (between 15 and 30 minutes if possible, rather than two to three hours in one session). This will help you to create a study habit, much in the same way you would a sport or music. Leave the book somewhere handy so that you can pick it up for just a few minutes to refresh your memory again with what you were looking at the time before.

Before you start, make a plan!

Setting goals affects the programming of your brain, strengthening neural pathways and ultimately making it more likely that you will achieve those goals. Before you begin, think about how much time you want to devote to learning, which skills or areas you want to focus on, and identify specific ideas you want to be able to communicate or activities you want to engage in.

Track your progress!

Start a notebook to use for study, where you can create vocabulary lists, a grammar summary, questions you'd like answered, etc. Keep track of your resources--write down the names of films, podcasts, songs or blogs you like, and jot down a few words or expressions you may have recognized or learned. The more you can reflect on your learning process, the deeper your connection with the language will be. If you need more guidance in this process, we recommend the Teach Yourself *Fluentish: Language Learning Planner & Journal* by Jo Franco.

Use the tools at the beginning of each unit to help you set goals, plan your time, and keep track of the work you do.

IN THIS UNIT YOU WILL LEARN HOW TO

Each unit begins with an overview of the language you will be learning and skills you will be acquiring.

MY PROGRESS TRACKER

Use the progress tracker to plan your study time and to keep a record of what you've accomplished. The first column tracks time, and the remaining 5 columns represent the skills you'll be working on: listening, pronunciation, reading, writing, and spoken interaction.

How to address people

Personalize the tracker: Instead of the date or day, you can enter an increment of time (15 minutes, 1 hour...). Add columns for culture, vocabulary, grammar or any other area you wish to focus on. Give yourself a star when you feel you've done particularly well. Make it your own! Review your tracker regularly and see which areas could use more practice.

Use the **Self check** at the end of each unit to evaluate your progress.

Try to practice each skill every day.

The icons in the progress tracker are used throughout the book to help you easily identify and locate the skills you want to practice:

 Listening skills

 Speaking – pronunciation skills

 Reading skills

 Writing skills

 Speaking – conversation skills

How the book works

Remember: there are many ways to build your skills in addition to those provided in this book: use a language-learning app, listen to music or podcasts, watch TV shows or movies, go to a restaurant, follow social media accounts in Vietnamese, read blogs, newspapers or magazines, switch the language settings in your apps to Vietnamese, or sign up for a language exchange or a tutor.

The core of the book contains 10 units which will help you learn basic language and introduce key topics for everyday communication.

Each unit is structured in the following way:

▶ **Culture point** presents an interesting cultural aspect related to Vietnam or the unit theme.

▶ **Vocabulary builder** introduces key unit vocabulary grouped by theme and conversations, and is, accompanied by audio. By learning these words, listening to them, reading them out loud and writing them down, you will be able to progress through the book and expand your vocabulary capacity.

▶ **Conversations** are recorded dialogues that you can listen to and practise, beginning with a narrative that helps you understand what you will hear, a focusing question and follow-up activities.

▶ **Language discovery** focuses on language points and grammatical patterns (most of which will have appeared in the conversations). Read the explanations and look at the conversations to see how the language rules work in practice.

▶ **Practice** offers a variety of exercises in speaking, listening, reading and writing, which give you a chance to use and bring together the vocabulary and grammatical patterns you have learned. You can also listen to spoken Vietnamese about a variety of key topics and practice reading and writing.

▶ **Listen and understand** offers additional listening practice on key unit points.

▶ **Go further!** presents a variety of additional vocabulary and grammar for those who want to progress faster.

▶ **Test yourself** helps you assess what you have learnt. You learn more by doing the tests without consulting the text. Only when you have completed them check if your answers are correct.

▶ **Useful expressions** lists commonly used phrases.

- **Review units** sum up what you have learnt in the previous units. There are three review units: after Unit 3, after Unit 6 and after Unit 10. If you master all questions in the review unit then you are ready to move on to the next unit. If not then go back and refresh your knowledge.
- **The Answer key** helps you check your progress by including answers to the activities both in the main units and in the review units.

You will have to tackle the pronunciation first and get to grips with the Vietnamese tones (all six of them). It is essential that you learn each new word with the correct tone. It helps if you pronounce the words aloud and write them down. It pays off to master the tones properly: they form an intrinsic part of each word and its meaning. Many learners of Vietnamese have been caught out by mispronouncing their tones and inadvertently providing amusement to their listeners by imparting a completely different message from the one that they intended.

Vietnamese grammar, by contrast, is relatively easy. Each grammatical category is formed by an appropriate grammatical word, which is inserted into a predetermined position in the sentence. Word order is, therefore, crucial.

Study the units at your own pace, and use the audio frequently.

Learn to learn

The Discovery method

There are lots of approaches to language learning, some practical, some quite unconventional. Perhaps you know of a few, or even have some techniques of your own. In this book we have incorporated the **Discovery method** of learning, a sort of DIY approach to language learning. What this means is that you will be encouraged throughout the course to engage your mind and figure out the language for yourself, through identifying patterns, understanding grammar concepts, noticing words that are similar to English and more.

Simply put, if you figure something out for yourself, you're more likely to understand it. And when you use what you've learned, you're more likely to remember it. And because many of the essential but (let's admit it!) dull details, such as grammar rules, are introduced through the **Discovery method**, you'll have more fun while learning. Soon, the language will start to make sense and you'll be relying on your own intuition to construct original sentences independently, not just listening and repeating.

How to be a successful language learner

There are many strategies that can help you become a successful language learner. Different people have different learning styles and some of these approaches will be more effective for you than others. Use this list as a point of inspiration when you want to find the most effective ways to advance your skills and begin your journey to fluency.

VOCABULARY

Words are the building blocks of language. The more you use the words you're introduced to, the more quickly they'll lodge into your memory. These study tips will help you remember better:
- ▶ Say the words out loud as you read them. Listen to the audio several times.
- ▶ Write the words over and over again. Create flash cards, drawings and mind maps.

- It helps to group new words in categories, like food or furniture, or according to the situations in which they occur, e.g. restaurant, hotel, sight-seeing, or their functions, e.g. greetings, thanks, apologizing.
- Cover up the English side of the vocabulary list and see if you remember the meaning of the word. Then cover up the French side, and see if you can remember the word itself.
- Label objects around your house in Vietnamese.

GRAMMAR

Grammar gives your language structure. It allows you to experiment with the vocabulary you learn because you'll understand how they work together to create meaning. In other words, you'll begin to develop a feel for the language. Vietnamese grammar is relatively easy. Here are some tips to help you study more effectively:
- Write your own glossary of grammatical words as you go, add new information and examples.
- Focus on word order and experiment using old vocabulary in new contexts.
- Try to find examples of grammar in conversations or other articles.

PRONUNCIATION

The best way to improve your pronunciation is simply to practice as much as possible. Study individual sounds first, then full words and sentences. Don't forget, it's not just about pronouncing letters and words correctly, but using the right tones and intonation. So, when practicing words and sentences, mimic the intonation of the Vietnamese speakers you hear.
- Repeat all of the conversations, line by line. Listen to yourself and try to mimic what you hear.
- Record yourself and compare yourself to the recordings.
- Make a list of words that give you trouble and practice saying them.

LISTENING AND READING

The conversations in this book include questions to help guide you in your understanding. But you can go further by following some of these tips.
- Imagine the situation. Try to imagine where the scene is taking place and who the main characters are. Let your experience of the world help you guess the meaning of the conversation, e.g. if a conversation takes place in a café, you can predict the kind of vocabulary that will be used.

Learn to learn **xiii**

▶ Concentrate on the main point. When watching a foreign film you usually get the meaning of the whole story from a few individual shots. Understanding a foreign conversation or article is similar. Concentrate on the main message and don't worry about individual words.
▶ Learn to cope with uncertainty--don't over-use your dictionary! You don't have to look up every word you don't know—try to deduce the meaning from context. Concentrate on trying to get the gist of the passage and underline the words you don't understand. If after the third time there are still words which prevent you from getting the general meaning of the passage, look them up in the dictionary.

WRITING

You'll have plenty of writing practice using this book. Creating vocabulary lists and taking good notes as you study is another great opportunity to practice writing.

If you're keeping your lists or notes on your smartphone, computer or tablet, remember to switch the keyboard language to be able to include all the diacritics. Here are some other ways to practice writing:
▶ Write out the answers to relevant Practice and Test Yourself questions.
▶ Look up writing prompts for language learning or try writing a daily gratitude journal in Vietnamese.
▶ Write out your To Do and shopping lists in Vietnamese.
▶ Join online forums and discussion groups about or in Vietnamese.

SPEAKING

The greatest obstacle to speaking a new language is the fear of making a mistake. Keep in mind that you make mistakes in your own language--it's simply part of the human condition. Accept it. Most errors are not serious and they will not affect the meaning, so concentrate on getting your message across and use the mistakes as learning opportunities.

Here are some useful tips to help you practice speaking Vietnamese:
▶ When you're going about your day, e.g. buying groceries, ordering food and drinks, do it in Vietnamese in your mind! Look at objects around you and try to name them in Vietnamese. Look at people around you and try to describe them in detail.
▶ Answer all of the questions in the book out loud. Say the dialogues out loud, then try to replace sentences with ones that are true for you. Try to role-play different situations in the book.

▶ Keep talking. The best way to improve your fluency is to talk every time you have the opportunity to do so: keep the conversations flowing and don't worry about the mistakes. If you get stuck on a particular word, don't let the conversation stop – simplify what you want to say, paraphrase or replace the unknown word with one you do know.

Learning a language takes work. But the work can be a lot of fun. So, let's begin!

Pronunciation guide

Tones

Vietnamese is a tonal language and learning the tones is one of the most difficult parts of studying Vietnamese. Unless you are familiar with another tonal language, the concept of tones is going to seem unusual at first. Each word (syllable) in Vietnamese is pronounced in a different pitch (the best comparison is that with singing). The tones have a distinctive function and are an integral part of each word.

Standard Vietnamese (which you are going to learn in this course) has six tones. The tones are marked by special diacritics. Tone diacritics are written above and in one case, below, the vowel in a syllable (word). The following table illustrates the diacritics using the simple word **ma**.

	Vietnamese	English translation	Diacritic	Characteristic of the tone
1	ma	ghost	none	high, level tone
2	mà	but	`	low (falling), level tone
3	mã	horse	~	rising broken tone with a glottal stop in the middle
4	mả	grave	'	falling-rising tone
5	má	cheek	´	rising tone
6	mạ	rice seedling	.	sharp falling tone with a heavy glottal stop

> **LANGUAGE TIP**
> Dictionaries vary a lot as to the sequence of tones. You will have to check your own dictionary to see which sequence it uses.

00.01 **It's time to put the theory into practice. Listen and repeat carefully.**

1	ba	bà	bã	bả	bá	bạ
2	ma	mà	mã	mả	má	mạ
3	be	bè	bẽ	bẻ	bé	bẹ
4	me	mè	mẽ	mẻ	mé	mẹ

5	le	lè	lē	lẻ	lé	lẹ
6	vi	vì	vī	vỉ	ví	vị
7	bo	bò	bō	bỏ	bó	bọ
8	to	tò	tō	tỏ	tó	tọ
9	go	gò	gō	gỏ	gó	gọ
10	mo	mò	mō	mỏ	mó	mọ
11	lo	lò	lō	lỏ	ló	lọ
12	ban	bàn	bān	bản	bán	bạn
13	in	ìn	īn	ỉn	ín	ịn
14	ve	vè	vē	vẻ	vé	vẹ
15	tu	tù	tū	tủ	tú	tụ
16	mu	mù	mū	mủ	mú	mụ
17	bua	bùa	būa	bủa	búa	bụa
18	lua	lùa	lūa	lủa	lúa	lụa
19	lam	làm	lām	lảm	lám	lạm

The Vietnamese alphabet

a ă â b c (ch) d đ e ê g (gh) (gi) h i k (kh) l m n (ng) (ngh) o ô ơ p (ph) q r s t (th) (tr) u ư v x y

This is the established order of the Vietnamese alphabet. As you can see, the letters without any diacritics precede those with diacritics.

Let us familiarize ourselves with the way the alphabet is pronounced.

VOWELS AND DIPHTHONGS

00.02 Listen and repeat.

a	ba, là, hát
ă	ăn
â	bân, lần
e	mẹ, vé, đem, len
ê	về, đêm, lên
i	in, ít, mít
o	to, lo, bò

ô	hồ, bố
u	hút, bút
ư	ưa, mưa, vừa
y	ý, y
iê/yê	viên, quyển, miền, yên
uô	xuống, vuông, muốn, uống
ươ	hương, vườn, mượn, xương

CONSONANTS

00.03 Listen and repeat.

b	bán, bao, biển, bồ
c	ca, cao, của
	final position – học, bác
ch	chào, chó, chậm
	final position – gạch, sách, lịch
d	dài, dùng, diễn
đ	đá, đường, đi
g	ga, gỗ, gương
gh	ghét, ghi
gi	già, giúp
h	hát, hết, hương
k	kim, kia, kiểm
kh	khát, khỏe, khách, khóc, khuyên
l	là, làm, loại, lương
m	mèo, mắt, miệng
n	nam, nữ, nước
ng/ngh	ngủ, ngon, nghỉ, ngồi, nghiệp, ngầm nghìn, nghê
	final position – tiếng, vâng, không, lòng
p	pan
r	ra, rét, rồi, rạp, riêng
s	sẽ, sốt, sắp, sạch
t	to, tài, tiếp, tập

v	và, văn, viết, về, vườn
x	xa, xin, xong
nh	nhà, nhỏ, như, nhiều
	final position – anh, lạnh, bệnh, nhanh
ph	phố, phim, phở, phượng
th	thích, thăm, thường,
tr	trăm, trẻ, trong, trắng

00.04 To help you understand the different pronunciation of some difficult sounds, listen and repeat the following contrasting combinations:

a – ă van, văn; tám, tắm; bán, bắn; ngán, ngắn; khan, khăn; bát, bắt; hăm, ham; mát, mắt; sát, sắt; lam, lắm; rán, rắn

â – a mấy, máy; bảy, bẩy; bản, bạn

a – ă – â tám, tắm, tâm; cam, căm, câm; bám, băm, bấm; mát, mắt, mất; chăm, chàm, châm; chăn, chan, chân; hăm, ham, hâm

e – ê đem, đêm; đèn, đền; đẻ, để; kẻ, kể; len, lên; nén, nên; ném, nếm; quen, quên; phe, phê; tem, têm; xép, xếp

ô – o cô, co; chóng, chống; tô, to; hồ, ho; sóng, sông; ngôn, ngon; trông, trong; trò, trổ; thỏ, thổ; phó, phố; phòng, phông; góc, gốc;

ô – o – ơ con, côn, cơn; chộn, chọn, chợn; hỗ, hò, hờ; tôm, tom, tơm; ươ mượn; phương; hương; nước; được; ươn

ươi người; lười; rưỡi; tươi; cưới

uôi cuối; buổi; tuổi; chuối

ua – ưa của, cửa; vua, vừa; mùa, mưa; chùa, chưa;

iưa giữa

ai – ay tai, tay; mai, may; chai, chay; mái, máy; hai, hay; bài, bay

ui – uy túi, tùy;

h – kh hát, khát; học, khóc

c – kh cái, khai; có, khó; cu, khu; công, không; cam, kham; can, khán; cấp, khắp;

n – ng/ngh nửa, ngựa; nai, ngài; nanh, ngành; neo, nghèo; nia, nghĩa; nát, ngát

nh – ng nhà, ngà; nhiệp, nghiệp; nhựa, ngựa

t – th tôi, thôi; từ, thư; thủy, tùy; tin, thìn; tuần, thuần; thú, tủ; tò, thò; tấp, thấp

00.05 Listen and repeat.

Anh là ai?
Ông làm gì?
Hoa đọc sách.
Hương đi đâu?
Đây là cái gì? Đây là cái bàn.
Kia là con chó.
Sinh viên học tiếng Việt.
Bố tôi làm việc.
Chị Liên ngủ.
Anh Phê nghỉ.
Bà Mai ra chợ.
Anh gọi điện thoại.
Chúng ta đi nhé.
Chị tôi rất thích ăn phở.

00.06 This is how Vietnamese children learn their alphabet. Listen and repeat.

Bé lon ton ra ngõ đón bà.
Bà cho bé quả cam.
Mẹ bế bé đi nhà trẻ.
Cô ân cần đón bé. Cô hôn bé.

Thu về cúc nở, sực nức mùi thơm.
Búp sen nhỏ
Bên bờ ao
Như tay bé
Vẫy trời cao.
Mỗi tấc đất
Thấm bao giọt mồ hôi
Cho bát cơm thơm bùi
Cho em vui ca hát.
Trâu ơi ta bảo trâu này,
Trâu ăn no cỏ trâu cày với ta.

Mặt trời lên ấm đất quê ta
Thôn xóm vui cấy cày gặt hái.
đêm hè trời đầy sao
bé nằm ngủ thiu thiu
Lá cây reo rì rào
Như ru cho bé ngủ.
Con gà mái mẹ
Cặm cụi tìm mồi
để đàn con nhỏ
Nhởn nhơ vui chơi.
Trời ren rét
Tết đến rồi
đào, mai nở
Thật là vui.

Useful expressions

COMMUNICATION ESSENTIALS

00.07 Listen and repeat.

Hello!	Xin chào! Chào + *kinship term/ proper name* (**Chào anh! Chào chị! Chào ông Phê!**)
Goodbye!	**Chào! Xin chào. Chào tạm biệt!**
How do you do./I'm pleased to meet you.	**Rất hân hạnh được gặp anh/chị.**
yes	vâng
no	không
Thank you.	**Cám ơn.**
I don't understand.	**Tôi không hiểu.**
How are you?	**Anh/chị có khỏe không?**
Fine, thank you.	**Cám ơn, tôi khỏe.**
Do you speak English?	**Anh/chị có biết tiếng Anh không?**
I can't speak Vietnamese.	**Tôi không biết tiếng Việt.**
Sorry/Excuse me!	**Xin lỗi!**
My name is . . .	**Tên tôi là . . .**
What is your name?	**Tên anh/chị là gì?**
What nationality are you?	**Anh/chị là người nước nào?**
How old are you?	**Anh/chị bao nhiêu tuổi?**
Do you have . . . ?	**Anh/chị có . . . không?**
Can I . . . ?	**Tôi . . . có được không?**
Where is . . . ?	**. . . ở đâu?**
When?	**Bao giờ?**
How long?	**Bao lâu?**
How far?	**Bao xa?**
How much?	**Bao nhiêu? Mấy?**
What is this?	**Đây là cái gì?**

How much is this?	**Cái này giá bao nhiêu?**
How do you say this in Vietnamese?	**Cái này bằng tiếng Việt gọi là gì?**
passport	**hộ chiếu**
visa	**thị thực**
ticket	**vé**
railway station	**nhà ga**
airport	**sân bay**
hotel	**khách sạn**
bank	**ngân hàng**
I want to change 100 US$ into Vietnamese dong.	**Tôi muốn đổi 100 đô la Mỹ ra tiền Việt.**
credit card	**thẻ tín dụng**
I am hungry.	**Tôi đói.**
I am thirsty.	**Tôi khát.**
I am ill.	**Tôi bị ốm.**

EMERGENCIES

00.08

ambulance 115	**xe cấp cứu**
hospital	**bệnh viện**
police 113	**công an**
fire brigade 114	**cứu hỏa**
Can you help me?	**Anh có thể giúp tôi không?**
I have lost my money.	**Tôi bị mất tiền.**
I need to call the Embassy.	**Tôi cần gọi điện đại sứ quán.**
I am lost.	**Tôi bị lạc đường.**
I want to go to . . .	**Tôi muốn đi đến . . .**

SIGNS AND NOTICES

00.09

exit	**lời ra**
entrance	**lời vào**
no entry	**cấm vào**

Useful expressions

no smoking			cấm hút thuốc
no entry for cars			cấm lái xe vào đường này
no parking			cấm đỗ xe ở đây

NUMBERS

00.10

1	một	24	hai mươi bốn/hai mươi tư
2	hai	25	hai mươi lăm
3	ba	30	ba mươi
4	bốn	40	bốn mươi
5	năm	50	năm mươi
6	sáu	100	một trăm
7	bảy	101	một trăm linh (lẻ) một
8	tám	105	một trăm linh (lẻ) năm
9	chín	200	hai trăm
10	mười	300	ba trăm
11	mười một	1,000	một nghìn/một ngàn
15	mười lăm	10,000	mười nghìn/mười ngàn
20	hai mươi	1,000,000	một triệu
21	hai mươi mốt		

How to greet people

Vietnamese people greet each other by saying **chào** followed by the name or a kinship term relevant to the person(s) they are greeting (or both). (For more explanation of kinship terms, see page 2)

Chào ông! (*Hello!* used when addressing an older man), **Chào bà!** (*Hello!* used when addressing an older woman), **Chào chị Linh!** (*Hello Miss Linh!*).

It may be difficult for you to select the correct kinship term when meeting somebody for the first time. In this case, the easiest option is to add a polite expression **xin** (*please*) and say **Xin chào!** This way you avoid having to search for the correct kinship term while still remaining polite. **Chào** is used both as *hello* and *goodbye*. The Vietnamese language does not have the equivalent of *good morning! good evening!*, etc. and the basic greeting formula can be used at any part of the day.

In this unit you will learn how to:
» say *hello* and *goodbye*.
» introduce yourself and others.
» state your name and nationality.
» address people correctly.
» create simple sentences *I am ...*, *I am not. ...*

Xin chào. Anh có khỏe không?

My progress tracker

How to address people

Addressing people is not as simple as you might expect because the Vietnamese language does not have a complete system of personal pronouns. When addressing each other or referring to themselves, the Vietnamese use kinship terms (terms denoting relations within a family). This aspect of Vietnamese language is notoriously difficult for learners to master as the choice of the appropriate term depends on many attributes such as gender, age, social status or general level of politeness. First, second and third person distinctions are minimal (in most cases the kinship terms are used as both *you* and *I* but can also be used as a third person reference, *he* and *she*). The full list of kinship terms is long and complex but the following selection should be sufficient for a beginner learner of Vietnamese to use in most everyday situations.

anh	*older brother* (used when addressing a younger man)
chị	*older sister* (used when addressing a younger woman)
em	*younger sibling* (both male or female) (use when addressing young people and children)
ông	*grandfather* (closest to English *Mr* or *Sir*)
bà	*grandmother* (closest to English *Mrs*)
cô	*aunt* (father's younger sister) (used for younger women, closest to English Miss)

The following table summarizes some of the forms of address used for first-, second- and third-person reference in singular and plural, including some of the personal pronouns such as **tôi** (I)/**chúng tôi** (we).

	singular	plural
first person	**tôi** (a neutral 'I') (I)	**chúng tôi** (excludes listener(s)), **chúng ta** (includes listener(s)) (WE)
second person	**anh, chị, em, bà, ông, cô** etc. (kinship terms); (YOU)	**các anh, các chị, các em, các bà, các ông** etc. (kinship term with a plural marker) (YOU)
third person	**anh ấy, chị ấy, bà ấy, ông ấy** etc. (kinship term + a demonstrative 'that'); **nó** (HE, SHE, IT)	**các anh ấy, các chị ấy** etc. (kinship term with a plural marker + demonstrative 'that'); **họ** (THEY)

Often the Vietnamese will ask personal questions about your age, marital status, children, etc. even though they might have only just met you. They are not just being inquisitive; there is a very legitimate reason for it. What could that be?

Vocabulary builder

GREETINGS

01.01 Read the following words and phrases. Then listen and try to imitate the pronunciation.

Chào anh/chị/em/bà/ông....	Hello.
Tên anh/chị là gì?	What is your name?
Tên tôi là ...	My name is ...
Đây là ...	This is ...
Tôi là ...	I am ...

1 Mark is saying hello to various people. Read what he says and determine if he is talking to a woman or a man.

a Chào chị. Chị có khỏe không?
b Chào ông Dũng. Ông có khỏe không?
c Xin chào anh Nam.
d Chào cô Hoa.
e Chào bà.
f Chào em.
g Chào anh Trung.
h Chào cô Lan.
i Chào ông Tuấn.
j Xin chào bà.

2 How would you greet the following people in Vietnamese?

a Mr Công
b Mrs Brown
c Miss Loan
d Miss Tiên
e Mr Dũng and Trung (young boy)
f Mrs Lan and Miss Liên

New expressions

01.02 Listen and repeat these useful new expressions.

Anh/chị có khỏe không?	How are you?
Xin lỗi.	Excuse me.
Cám ơn.	Thank you.
Tôi khỏe.	I am fine.
Còn chị/anh?	And what about you?
Tôi bình thường.	I am as per usual.
Anh/chị là người nước nào?	Where are you from? What is your nationality?
Xin giới thiệu với anh/chị: đây là ...	May I introduce to you ...
Rất hân hạnh được gặp anh/chị.	Pleased to meet you.

Conversation and comprehension

1 01.03 Listen to these people saying hello to each other. Who is older, Mark or Nam?

Mark	Chào ông.
Ông Nam	Chào anh.
Mark	Ông có khỏe không?
Ông Nam	Cám ơn, tôi khỏe. Còn anh?
Mark	Cám ơn. Tôi bình thường.

2 01.04 Mary and Phê are talking. Listen to their conversation.

Mary	Chào ông.
Phê	Chào bà. Xin lỗi bà, tên bà là gì?
Mary	Tên tôi là Mary. Còn ông, tên ông là gì?
Phê	Tên tôi là Phê.

a What is the meaning of **xin lỗi**?
b Can you identify the Vietnamese word for *what*?

3 01.05 Listen to these people talking, then answer the questions.

Peter	Chào chị.
Lan	Chào anh Peter. Đây là Hoa, bạn tôi.
Peter	Chào chị Hoa. Rất hân hạnh được gặp chị.
Hoa	Cám ơn anh. Tôi cũng rất hân hạnh được gặp anh.

a What is the relationship between Lan and Hoa?
b Can you identify the meaning of **cũng**?

4 **01.06 Listen to the following conversation and answer the questions.**

Linh	Chào anh. Anh có khỏe không?
Long	Chào chị Linh! Cám ơn chị, tôi khỏe. Còn chị, chị có khỏe không?
Linh	Cám ơn anh, tôi bình thường.
Long	Xin giới thiệu: Đây là David, bạn tôi.
Linh	Chào anh. Rất vui được gặp anh. Anh là người nước nào?
David	Tôi là người Anh.

a What is the Vietnamese word for *country*?
b Who is David?

Practice

1 Match the Vietnamese sentences with their English translation.

a Anh có khỏe không?   1 What is your nationality?
b Anh là người nước nào?   2 Excuse me, what is your name?
c Rất hân hạnh được gặp chị.   3 I am Mark.
d Xin lỗi chị, tên chị là gì?   4 How are you?
e Tôi là Mark.   5 Thank you.
f Cám ơn anh.   6 I am very pleased to meet you.

2 Now listen again to the conversations and repeat what each speaker says.

Learn more

VERB FORM

There is no conjugation of verbs in Vietnamese. In other words, the verb ending always remains the same (regardless of who does the action or the tense). Different grammatical categories are created using grammatical words (particles) that are placed in a specific position in a sentence.

SENTENCE STRUCTURE

A regular Vietnamese sentence follows the word order of Subject-Verb-Object.

Subject	Verb	Object	
Tôi (I)	**là** (to be)	**Helen.**	I am Helen.
Anh Phê (Phê)	**là** (to be)	**người Việt.** (Vietnamese)	Phê is Vietnamese.
Đây (This, here)	**là** (to be)	**bạn tôi.** (my friend)	This is my friend.
Tên tôi (My name)	**là** (to be)	**Hoa.** (Hoa)	My name is Hoa.
Tôi (I)	**là** (to be)	**người Anh.** (English)	I am English.
Chị Loan (Loan)	**gặp** (to meet)	**anh Chris.** (Chris)	Loan meets Chris.
Em Lan (Lan)	**chào** (to greet)	**ông Baker** (Mr Baker)	Lan greets Mr Baker.
Anh Jacob (Jacob)	**giới thiệu** (to introduce)	**Cô Sato.** (Miss Sato)	Jacob introduces Miss Sato.
Chị Anandi (Anandi)	**học** (to study)	**tiếng Pháp.** (French)	Anandi studies French.

SAYING NOT (NEGATION)

The most common marker to say something is 'not' (negation) in Vietnamese is **không**. **Không** is placed before the word it negates. The verb **là** (to be) is negated using **không phải**.

Tôi	không phải là	người Anh.	I am not English.
Chị Ngọc	không phải là	bạn tôi.	Miss Ngọc is not my friend.
Anh Phê	không phải là	người Việt.	Phê is not Vietnamese.
Tên tôi	không phải là	Peter.	My name is not Peter.
Đây	không phải là	bà Hạnh.	This is not Mrs Hạnh.
Chị Sofia	không gặp	anh Nick.	Sofia does not meet Nick.
Em Toàn	không chào	ông Hùng.	Toàn does not greet Mr Hùng.
Ben	không học	tiếng Thái.	Ben is not learning Thai language.

1 Xin chào. Anh có khỏe không?

1 **Can you understand the following sentences?**
   a Tôi là người Anh.
   b Tên tôi không phải là Liên.
   c Đây là bạn tôi.
   d Anh Nam không phải là bạn tôi.
   e Em Ngọc không phải là người Anh.
   f Đây không phải là bà Hạnh, đây là cô Yến.
   g Ông Howard gặp chị Kim nhưng không gặp bà Lan.
   h Em Thu chào bà Loan.
   i Tôi học tiếng Việt nhưng tôi không học tiếng Đức.
   j Anh Naresh cám ơn chị Nguyệt.

2 **Now try to say the following in Vietnamese.**
   a My name is Anurak and I am Thai.
   b This is not my friend Huy, this is my older brother Thanh.
   c Helmut is not learning French; Helmut is learning Chinese.
   d Mr Haruki is Japanese but he knows Vietnamese.
   e Chris met Lan but he did not meet Linh.
   f My younger sister thanked me.
   g Keya studies Vietnamese but not German.
   h Nick does not say hello to Jonathan.
   i Miss Lan introduced Mai but did not introduce Phương.

3 **Which of the following sentences are incorrect? Why?**
   a Tên tôi không là Liên.
   b Đây không là em Hạnh, đây là em Yến.
   c Đây là bạn tôi.
   d Anh Trung không phải là bạn tôi.
   e Em Ngọc không là người Anh.
   f Tên tôi không phải là Nam.
   g Tôi không phải học tiếng Anh.
   h Chị Sato không gặp bạn tôi.
   i Em Toàn không phải cám ơn bà Bình.
   j Anh Dũng không chào cô Loan.

Pronunciation and speaking

1 **Read the following sentences out loud, paying attention to your pronunciation. Translate these sentences into English.**
   a Chào ông, ông có khỏe không?
   b Chào bà. Cám ơn bà, tôi khỏe. Còn bà?

c Cô Mai gặp ông Sunil nhưng không gặp chị Suzuki.
d Anh Khoa cám ơn bà Linh.
e Anh Huy chào chị Lan và giới thiệu cô Anika.
f Anh David, anh có khỏe không? Cám ơn, tôi bình thường.
g Tên tôi không phải là Nam, tên tôi là Dũng.
h Bạn tôi không phải là người Việt.

2 How would you greet the following people?

a chị Loan và bà Ngọc
b cô Hiền và anh Phan
c ông Cường và chị Nguyệt
d ông Hùng và bà Liên
e anh Vinh
f em Lan

3 Introduce the following people to your Vietnamese friend.

a ông Hùng
b Mr Aziz
c chị Hoa (your friend)
d anh Jamal (a British man)
e bà Margaux (a French woman)
f Mrs Green

4 What do you say when . . .

a you meet your friend in the street?
  1 Chào anh. Anh có khỏe không?
  2 Xin lỗi, tên anh là gì?
  3 Tôi bình thường.
b you want to introduce your friend?
  1 Tên anh là gì?
  2 Đây là chị Hoa, bạn tôi.
  3 Chị Hoa không phải là bạn tôi.
c you want to ask about somebody's nationality?
  1 Anh là người nước nào?
  2 Anh có khỏe không?
  3 Anh tên là gì?
d you want to say goodbye to your friend Nam?
  1 Chào anh Nam.
  2 Xin lỗi anh Nam.
  3 Cám ơn anh Nam.

5 Make the following sentences negative.

a Tên tôi là Nam.
b Cô Hoa là bạn tôi.
c Đây là bà Hạnh và em Liên.

d Em Liên là bạn tôi.
e Bạn tôi tên là Dũng.
f Đây là ông Trung.
g Tên tôi là Lan.
h Ông Công là bạn tôi.
i Anh Chris học tiếng Việt.
j Em Dũng chào ông Trí.
k Naresh cám ơn bà Lan.
l Cô Ngọc giới thiệu chị Thu.

Reading

1 Read the following text carefully and try to answer the questions below:

Tên tôi là Dũng. Tôi là người Việt Nam. Đây là anh David và anh Maurice. David là người nước nào? Anh ấy là người Anh. Còn anh Maurice, anh Maurice là người nước nào? Anh Maurice không phải là người Anh, Maurice là người Pháp. Đây là bạn tôi Hoa. Hoa cũng là người Việt. Anh Maurice chào chị Hoa. Anh David cũng chào chị Hoa. Anh Nam là anh chị Hoa. Anh Nam cũng là bạn tôi.

a Who is Hoa?
b Is Hoa Dũng's friend?
c What nationality is Dũng?
d Is Maurice American?
e Is David French?
f What nationality is Hoa?
g Who is Nam?
h Does Hoa know Nam?
i Is Nam Dũng's brother?
j Who is Maurice greeting?
k Is Hoa Vietnamese?

GO FURTHER

How are you? Anh có khỏe không?

Tôi khỏe.	*I am fine.*
Tôi bình thường.	*I am as per usual.*
Tôi không khỏe lắm.	*I am not very well.*
Tôi mệt.	*I am tired.*

Anh là người nước nào? Which country are you from?

If you want to indicate somebody's nationality in Vietnamese, you need to use the word **người** (*person*) followed by the appropriate country. We have already learnt some nationalities earlier in this unit. Increase your vocabulary by remembering some more nationalities:

Tôi là (I am)   **người Anh** (English)
người Pháp (French)
người Trung Quốc (Chinese)
người Nhật (Japanese)
người Mỹ (American)
người Nga (Russian)
người Hàn Quốc (Korean)
người Thái (Thai)
người Ý (Italian)
người Ấn Độ (Indian)

2 01.07 Now listen carefully to find out the nationalities of Gertrude, Liam, Misaki, Michel, Robert, Lan and Yến.

a   Bà Gertrude không phải là người Nga, bà là người Đức.
b   Anh Liam là người Anh.
c   Cô Misaki không phải là người Trung Quốc, chị Misaki là người Nhật.
d   Ông Michel không phải là người Việt Nam, ông Michel là người Pháp.
e   Ông Robert là người Mỹ.
f   Em Lan là người Việt Nam.

> **LANGUAGE TIP**
> Now that you know how to say people's nationalities in Vietnamese, you can apply the same principle for names of countries and their languages. Just replace **người** (*person*) with **nước** (*country*) or with **tiếng** (*language*).
> **nước Việt Nam** (*Vietnam*); **nước Pháp** (*France*); **nước Trung Quốc** (*China*); **nước Anh** (*UK*); **nước Mỹ** (*USA*);
> **tiếng Việt** (*Vietnamese*); **tiếng Nhật** (*Japanese*); **tiếng Tây Ban Nha** (*Spanish*)

Test yourself

1 Fill in the missing information about yourself:
a   Tên tôi là _____.
b   Tôi là người _____.
c   Bạn tôi tên là _____.
d   Bạn tôi là người _____.

2 Give Vietnamese equivalents.
a   Hello. How are you?
    Hello, I am fine. And what about you? How are you?
    Thank you, I am well.

1 Xin chào. Anh có khỏe không?

   b Excuse me, what is your name?
       My name is Hoa. And what is your name?
       My name is Keya. And this is Sunil.
   c Good morning, Hạnh.
       Good morning, Mary. How are you?
       I am fine, thank you. This is my friend Anandi.
       Hello, Anandi. Pleased to meet you.
   d Hello Hạnh, this is my friend Naresh.
       Hello Naresh, very nice to meet you. Where are you from?
       I am Indian.

3 Can you understand the following sentences?

   a Cô Linh gặp ông Baker nhưng cô ấy không gặp bà Baker.
   b Tên tôi là Mai và bạn tôi tên là Lan.
   c Đây là anh Chinh, bạn tôi. Anh Chinh là người Việt Nam.
   d Anh David không phải là người Mỹ, anh David là người Anh.
   e Tên anh là gì?
   f Bà Mai chào ông Dũng.
   g Helen là người nước nào? Helen là người Mỹ.
   h Bà Hạnh rất hân hạnh được gặp anh Trung.
   i Ông Tuấn không phải là bạn tôi.
   j Bạn tôi không phải là người Pháp, bạn tôi là người Nhật.
   k Em Lan là người Việt Nam nhưng em Somchai là người Thái.
   l Ông Rakesh không phải là người Trung Quốc, ông Rakesh là người Ấn Độ.

4 Fill in the gaps.

   a Chào chị. Chị có khỏe _____?
   b Tên tôi _____ phải là Trung.
   c Anh David không phải là _____ Việt Nam.
   d Tên anh là _____?
   e Cô Lan là người _____ nào?
   f Đây không phải _____ ông Brown, đây là ông Black.
   g Anh có _____ không?

5 Fill in the missing diacritics.

Ten toi la Lan. Ban toi ten la Hoa. Chi Hoa co khoe khong? Cam on anh, toi khoe. Anh ten la gi? Anh Trung khong phai la người Phap, anh la người Viet Nam. Ong Nam chao ba Lan.

SELF CHECK

I CAN...

- ...say *hello* and *goodbye*.
- ...introduce yourself and others.
- ...state your name and nationality.
- ...address people correctly.
- ...create simple sentences *I am...*, *I am not...*

2

In this unit you will learn how to:
» talk about family, relatives and relationships.
» create different types of questions.
» ask *who? where? what?*

Anh có mấy anh chị em?

My progress tracker

The Vietnamese family

Gia đình (*family*) assumes a central position in Vietnamese culture. The structure of the traditional Vietnamese family is complex: it is an extended family (often with several generations living together) that incorporates even deceased members who are honoured through ancestor worship. Its core values are based on Confucian ethics and emphasize filial piety, hierarchy, loyalty, duty and discipline. The traditional Vietnamese family is patriarchal, with the oldest male acting as the head of the family. Hierarchy also exists among siblings. Allegiance to the family is unquestionable and is instilled in children from a young age.

Vietnamese people differentiate between relatives on the father's and mother's side and this is also reflected in the language. The paternal family is labelled as **nội** (*internal*), while the maternal side is referred to as **ngoại** (*external*). In spite of the fast pace of modernization in all aspects of Vietnamese familial relationships retain many of the traditional values.

Vietnamese language contains an extensive list of expressions denoting family relationships. What is the reason for this?

Vocabulary builder

FAMILY RELATIONS

02.01 **Read the following the words and phrases. Then listen to the audio and try to imitate the pronunciation.**

gia đình	*family*
họ hàng, bà con	*relatives*
bố (also cha, ba)	*father*
mẹ (also má, mạ)	*mother*
bố mẹ	*parents*
mẹ kế	*stepfather*
cha kế	*grandfather*
ông	*stepmother*
bà	*grandmother*
ông bà	*grandparents*
ông bà ngoại	*grandparents on mother's side*
ông bà nội	*grandparents on father's side*
anh	*older brother*
chị	*older sister*
em	*younger sibling*
em gái	*younger sister*
em trai	*younger brother*
chồng	*husband*
vợ	*wife*
bạn đời	*life friend/partner*
con (đứa con)	*children*
con gái	*daughter*
con trai	*son*
lấy vợ	*to marry (to take a wife)*
lấy chồng	*to marry (to take a husband)*
độc thân	*to be single*
li dị	*to divorce*
về hưu	*retire, be retired*
mất rồi	*dead/deceased*
mấy?	*how many?*
ai?	*who?*
ở đâu?	*where?*
tuổi	*years of age*
sinh (ra)	*to be born*

2 Anh có mấy anh chị em?

Conversation and comprehension 1

 02.02 **Lan is looking at a photograph of Mary's family. Listen to their conversation.**

Lan	Gia đình chị có mấy người?
Mary	Gia đình tôi có 8 người: bố mẹ tôi, ông bà ngoại tôi, em gái tôi, anh tôi, tôi và chồng tôi.
Lan	Chị có anh chị em không?
Mary	Có.
Lan	Chị có mấy anh chị em?
Mary	Tôi có một em gái và một anh trai.

  a Is Mary single or married?
  b Does she have a brother?
  c Does she have a sister?

New expressions

DISCUSSING FAMILY CIRCUMSTANCES

Chị/anh (đã) lập gia đình chưa? Chị/anh (đã) có gia đình chưa?	*Are you married yet?*
Anh có vợ chưa? Anh lấy vợ chưa?	*Do you have a wife? Are you married? (asking a man)*
Chị có chồng chưa? Chị lấy chồng chưa?	*Do you have a husband?/Are you married? (asking a woman)*
Tôi độc thân.	*I am single.*
Con trai anh mấy tuổi?	*How old is your son?*
Gia đình anh có mấy người?	*How many people are there in your family?*
Anh có mấy anh chị em?	*How many brothers and sisters do you have?*
Anh/chị sống ở đâu?	*Where do you live?*
Địa chỉ	*address*
Tôi đã li hôn (li dị).	*I am divorced.*
Bạn có con không?	*Do you have children?*
Con bạn mấy (bao nhiêu) tuổi?	*How old are your children?*

Conversation and comprehension 2

1 02.03 Listen to these people talking to each other, then answer the questions.

Liên	Bây giờ anh ở đâu?
Peter	Tôi ở Huế. Còn chị, bây giờ chị ở đâu?
Liên	Tôi cũng ở Huế nhưng gia đình tôi ở Đà Nẵng.
Peter	Địa chỉ chị là gì?
Liên	Tôi ở phố Duy Tân.

  a Where does Liên live?
  b Can you identify the Vietnamese word meaning *street*?

2 02.04 Listen to Mary and Nam's conversation.

Mary	Anh Nam có mấy anh chị em?
Nam	Tôi có một anh và một em gái.
Mary	Anh sống ở đâu?
Nam	Tôi, anh tôi và bố mẹ tôi ở Hà Nội. Em gái lập gia đình rồi và sống cùng chồng ở Hội An.
Mary	Anh Nam sinh ở đâu?
Nam	Tôi sinh ở Hà Nội.

  a Does Nam live in the same place as his parents?
  b Where was Nam born?
  c What is the Vietnamese word for *together*?

3 Read the conversation between Mary and Lan.

Mary	Đây là ai?
Lan	Đây là bố mẹ của tôi.
Mary	Còn đây là ai?
Lan	Đây là em gái tôi và anh tôi. Em gái tôi tên là Hoa và anh tôi tên là Trí.
Mary	Anh Trí đã lập gia đình chưa?
Lan	Anh Trí còn độc thân.

  a What is the relationship between Lan and Hoa?
  b Who is Trí?
  c What is the word for *single*?

STATING YOUR AGE

When stating your age in Vietnamese, you must use the expression **tuổi** (*years of age*). The word **năm** which means a calendar year can never be used in this context.

Practice

1 Match the Vietnamese sentences with their English translations:

a Anh sinh ở đâu?
b Anh lập gia đình chưa?
c Bố mẹ anh sống ở đâu?
d Anh Hùng là ai?
e Anh Hùng không phải là anh tôi, anh Hùng là em tôi.
f Nam là chồng của Lan.

1 Nam is Lan's husband.
2 Where were you born?
3 Are you married?
4 Hùng is not my older brother, he is my younger brother.
5 Where do your parents live?
6 Who is Hùng?

2 Now listen again to the conversations line by line and repeat what each speaker says.

Learn more

INTERROGATIVE PRONOUNS: AI? (*WHO?*), Ở ĐÂU? (*WHERE?*), CÁI GÌ? (*WHAT?*)

One of the easiest ways to ask a question in Vietnamese is to use interrogative expressions such as **ai?** *who?* **gì/cái gì?** *what?* or **đâu/ở đâu?** *where?* These are usually placed at the end of a sentence, although sometimes they can appear at the beginning for emphasis. For example:

Anh sống ở đâu?	*Where do you live?*
Anh làm việc ở đâu?	*Where do you work?*
Gia đình chị sống ở đâu?	*Where does your family live?*
Đây là ai?	*Who is this?*
Đây là cái gì?	*What is this?*
Chị làm gì?	*What do you do?*

CỦA AI? (*WHOSE?*)

Của *(of, belonging to)* is used in Vietnamese to express possession and belonging.

object	của	owner
bạn	của	**tôi** (my friend)
con trai	của	**bà Kim** (Mrs Kim's son)
quyển sách	của	**chị ấy** (her book)

The use of của is in some cases optional and it is frequently omitted for example, **mẹ tôi** – *my mom*; **tên chị** – *your name*). Của must be used when the expression denoting the object of ownership is modified by other words (for example: **Đây là quyển sách mới của tôi** – *This is my new book*.)

QUESTION STRUCTURE

There are several other ways of forming a question in Vietnamese.

An affirmative question is created using the tag **phải không** placed at the end of a sentence. You should use this type of question when you are asking for confirmation of something you already know. For example:

Gia đình anh sống ở Hà Nội, phải không?
Your family lives in Hanoi, right?

Nam là anh trai của Hùng, phải không?
Nam is Hùng's older brother, isn't he?

Chị Lan sinh ở Huế, phải không?
Lan was born in Huế, wasn't she?

A regular question construction uses a formula **có . . . không?** where **có** is placed before the main verb or verbal phrase and **không** is placed at the very end of a sentence. **Có** is optional and can be left out.

Sentences with **là** (*to be*) use a formula **có phải là . . . không?** For example:

Anh Nam (có) sống ở Hà Nội không? *Does Nam live in Hanoi?*
Chị Lan (có) học ở Huế không? *Does Lan study in Huế?*
Em Liên (có) phải là sinh viên không? *Is Liên a student?*
Hùng (có) phải là anh trai của Lan không? *Is Hùng Lan's older brother?*

1 Can you match the following sentences?

a Anh Nam là ai? Anh Nam là bạn tôi.
b Đây là ai? Đây là bố tôi.
c Keya sống ở đâu? Keya sống ở Hà Nội.
d Chị Hoa làm việc ở đâu? Chị Hoa làm việc ở Huế.
e Gia đình anh sống ở đâu? Bố mẹ tôi sống ở Hà Nội nhưng anh tôi và chị tôi sống ở Thành phố Hồ Chí Minh.
f Đây là cái gì?

1 Who is this? This is my father.
2 Where does Hoa work? Hoa works in Hue.
3 What is this?
4 Who is Nam? Nam is my friend.
5 Where does Keya live? Keya lives in Hanoi.
6 Where does your family live? My parents live in Hanoi but my older brother and sister live in Ho Chi Minh City.

2 Now try to say the following in Vietnamese.

a Who is this? This is Nam.
b Who is Nam? Nam is my younger brother.
c Where does Nam live? Nam lives in Hanoi.
d Where do you live?
e Where do you work?
f What does Liên do?
g What is your name?
h Where were you born?

3 Change the following sentences into questions using phải không.

a Anh tôi tên là Bảo.
b Chị Liên sống ở Hà Nội.
c Chị Lan có một em gái.
d Anh Cường còn độc thân.
e Em Ngọc học ở Luân Đôn.
f Bà Minh sinh ra ở Lào Cai.

4 Change the following sentences into questions using the regular question formula có . . . không.

a Anh Carlos sống và làm việc ở Đà Lạt.
b Chị Loan gặp anh Duy.
c Anh Satoshi là người Nhật.
d Bà Kim chào cô Nguyệt.
e Diego học tiếng Việt.
f Em gái tôi làm việc ở Quy Nhơn.
g Ông Russell sinh ra ở nước Anh.
h Cô Josephine biết tiếng Pháp.

Pronunciation and speaking

1 **Read the following sentences out loud, paying attention to your pronunciation. Translate these sentences into English.**
   a   Gia đình anh sống ở đâu? Gia đình tôi sống ở Hà Nội.
   b   Đây là ai? Đây là em gái của tôi.
   c   Ông bà ngoại của tôi sống ở Huế.
   d   Ông bà nội của tôi cũng sống ở Huế.
   e   Anh sinh ra ở đâu? Tôi sinh ra ở Đà Nẵng.
   f   Bố mẹ của tôi không làm việc ở Hà Nội.
   g   Tên anh có phải là Nam không? Tên tôi không phải là Nam, tên tôi là Huy.

2 What do you say when . . .
   a   . . . you want to ask where somebody lives?
      1 Xin lỗi, tên anh là gì?
      2 Xin lỗi, anh/chị sống ở đâu?
      3 Xin lỗi, anh là ai?
   b   . . . you want to ask if Nam has any siblings?
      1 Anh Nam có anh chị em không?
      2 Anh Nam sống ở đâu?
      3 Anh Nam còn độc thân, phải không?
   c   . . . you want to ask if Hoa is married yet?
      1 Chị Hoa có mấy anh chị em?
      2 Chị Hoa lập gia đình chưa?
      3 Chị Hoa là ai?

Reading and listening

 02.05 Listen to the following text and see if you can understand it. Then read it carefully and try to answer the questions:

Tên tôi là Dũng. Tôi sống ở Hà Nội. Tôi là bác sĩ. Gia đình tôi cũng sống ở Hà Nội. Tôi có một chị và một anh. Chị tôi tên là Lan và anh tôi tên là Hùng. Anh tôi là nhà báo, chị tôi là y tá. Chị Lan lấy chồng rồi nhưng anh Hùng còn độc thân. Chồng của Lan tên là Trí. Anh Hùng chưa lập gia đình. Bây giờ anh Hùng làm việc ở Luân Đôn. Anh Hùng có người yêu tên là Bình. Bình cũng làm việc ở Luân Đôn. Ông bà ngoại của tôi sống ở Hải Phòng. Bà nội của tôi về hưu rồi và ông nội của tôi mất rồi.

a Who is Lan?
b Is Hùng Dũng's friend?
c Is Lan single?
d Who is Trí?
e Is Hùng married?
f Where does Dũng live?
g Does Dũng have any brothers or sisters?
h Who is Bình?
i Where do Dũng's grandparents live?
j Is his maternal grandmother still alive?
k Who lives in Hải Phòng?

Test yourself

1 Fill in the missing information about yourself:
    a Tôi sinh ra ở _____.
    b Tôi sống ở _____.
    c Tôi làm việc ở _____.
    d Bố mẹ tôi sống ở _____.
    e Anh chị em tôi sống ở _____.
    f Ông bà nội sống ở _____.

2 Give Vietnamese equivalents.
    a Who is this?
    This is my younger sister Lucy.
    Where do you live, Lucy?
    I live in London.

b Anandi, do you have any siblings?
Yes, I have a younger brother and an older sister.
What is your brother's name?
My brother is called Naresh and my sister is called Jaya. Naresh is 15 years old and Jaya is 27.
Is your sister married?
No, she is single.

c Who is this?
This is Sunil.
Is Sunil your brother?
No, he's my friend.
Is Ethan your brother?
Yes, Ethan is my younger brother.

d Where do your parents live, Mark?
My parents live in London.
And what about your grandparents?
My grandparents are retired. They don't live in London, they live in Brighton.

3 How do you say these sentences in Vietnamese?

a My name is Vinh. I live in Đà Nẵng but my father lives in Huế.
b My younger sister does not live in Vietnam. She lives in Thailand.
c Do you have any siblings, Alex?
d My family lives in London.
e Is your older brother married, Tom?
f My older brother lives in Hà Nội but works in Hải Phòng.

SELF CHECK

	I CAN...
○	...talk and ask about family, relatives and relationships.
○	...ask where people live.
○	...use **ở đâu? ai? gì?**
○	...create various types of questions in Vietnamese.

3

In this unit you will learn how to:
- » tell the time.
- » count in Vietnamese.
- » describe the different parts of a day.
- » ask at what time something starts and finishes.
- » discuss your daily schedule.

Bây giờ là mấy giờ?

Vietnamese personal names

A Vietnamese name is set out in the following order: **họ** (*family name/surname*); **tên đệm** (*middle name*) and **tên** (*first/given name*). Vietnamese use the first/given name to address each other (both in formal and informal situations). For example, a person named **Nguyễn Văn Trí** would be referred to as **Trí** (with the appropriate kinship term, for example, **ông Trí**, **anh Trí**, etc.). At marriage, Vietnamese women do not change their name.

The most common surname in Vietnam is **Nguyễn/Nguyên** (almost 38 per cent of people share it!). Other common surnames are **Trần**, **Lê**, **Phạm**, **Huỳnh**, **Hoàng** or **Phan**. It is often not immediately possible to identify a Vietnamese person's gender from their name. However, some middle names such as **Văn** always indicate a male, whereas, for example, **Thị** always indicates a female, although these traditional middle names are considered provincial and out of fashion meaning many younger people do not have them.

Vietnamese personal names usually carry a specific meaning, referring to names of flowers, birds or desirable qualities such as bravery, modesty, wisdom. Here are some examples: **Cúc** (*chrysanthemum*), **Lan** (*orchid*), **Hoa** (*flower*), **Phượng** (*phoenix*), **Tuyết** (*snow*), **Xuân** (*spring*), **Mai** (*apricot blossom*), **Dũng** (*bravery*), **Thắng** (*victory*).

How would you refer to a Vietnamese friend whose full name is **Nguyễn Văn Bình**? What if if he was your line manager at work?

Vocabulary builder

TIME

03.01 Read the following words and phrases. Then listen to the audio and try to imitate the pronunciation.

Bây giờ là mấy giờ?	*What time is it now?*
Bây giờ là . . .	*It is . . .*
bây giờ	*now*
bao giờ?	*when?*
lúc	*moment, time*
Lúc bao giờ?	*At what time?*
giờ	*hour*
phút	*minute*
rưỡi	*half past (an hour)*
đồng hồ	*wristwatch*
muộn	*late*
dậy	*to wake up*
hàng ngày	*every day, daily*
chín giờ đúng	*nine o'clock sharp*

Conversation and comprehension 1

03.02 Peter asks a người đi qua đường *(passerby)* for the time. Can you identify the Vietnamese expression meaning *now*?

Peter	Chào chị.
Người đi qua	Chào anh.
Peter	Xin lỗi chị, bây giờ là mấy giờ?
Người đi qua	Bây giờ là 9 giờ.
Peter	Cám ơn chị.
Người đi qua	Không có gì.

New expressions

PARTS OF A DAY

buổi sáng	*morning*
buổi trưa	*lunchtime*
buổi chiều	*afternoon*
buổi tối	*evening*
buổi đêm	*night*
bắt đầu	*to start*
kết thúc	*to finish*
giờ làm việc	*working hours*
ăn	*to eat*

LANGUAGE TIP

In Vietnamese it is possible to combine the verb **ăn** (*to eat*) with a word for a particular time of day to indicate the meal eaten at that time.
ăn + **sáng** = **ăn sáng** (*to eat breakfast*)
ăn + **trưa** = **ăn trưa** (*to eat lunch*)
ăn + **tối** = **ăn tối** (*to eat dinner*)

Conversation and comprehension 2

1 03.03 **Mary and Nam are discussing when they get up. Who gets up first?**

Nam	Hàng ngày chị Mary dậy lúc mấy giờ?
Mary	*Bảy* giờ đúng. Thế còn anh Nam, mấy giờ anh dậy?
Nam	Sáu giờ.
Mary	Mấy giờ anh đến trường?
Nam	Tôi đến trường lúc tám giờ.

2 03.04 **Hoa asks Mary about her Vietnamese language lesson. Listen to the conversation and answer the questions.**

Hoa	Lớp học tiếng Việt bắt đầu lúc mấy giờ?
Mary	Lớp học bắt đầu lúc tám giờ đúng.
Hoa	Lớp học kết thúc lúc mấy giờ?
Mary	Lớp học kết thúc lúc mười một giờ kém mười lăm phút. Hàng ngày tôi học tiếng Việt từ tám giờ đến mười một giờ kém mười lăm phút.
Hoa	Mary thường về nhà lúc mấy giờ?
Mary	Tôi ăn trưa lúc mười hai giờ và sau đó tôi về nhà. Tôi thường về nhà lúc hai giờ chiều.

a What time does Mary's Vietnamese lesson finish?
b What time does she usually return home?

3 Read the last two conversations again and decide if the following statements are true or false.

   a Lớp học tiếng Việt bắt đầu lúc chín giờ.
   b Anh Nam thường dậy lúc sáu giờ.
   c Mary cũng dậy lúc sáu giờ.
   d Mary thường về nhà lúc ba giờ.
   e Lớp học tiếng Việt kết thúc lúc mười giờ kém mười lăm phút.

4 Now listen to the conversations line by line and repeat out loud.

Learn more

VIETNAMESE NUMBERS

Here are the Vietnamese numbers from 0–11. Read the numbers out loud and memorise them.

0	**không**	4	**bốn**	8	**tám**
1	**một**	5	**năm**	9	**chín**
2	**hai**	6	**sáu**	10	**mười**
3	**ba**	7	**bảy**	11	**mười một**

The Vietnamese system of numbers is regular. Numbers higher than 10 are formed by a combination of lower numbers. For example, number 11 is formed by combining numbers 10 and 1, number 20 is formed by combining numbers 2 and 10 and number 137 is created by combining numbers 100 with 30 and 7. However, you need to be aware of some exceptions which are listed in the table below.

11 **mười một**, 12 **mười hai**, 13 **mười ba**, 14 **mười bốn**, 15 **mười lăm**, 16 **mười sáu**, 17 **mười bảy**, 18 **mười tám**, 19 **mười chín**;

20 **hai mươi**, 30 **ba mươi**, 40 **bốn mươi**, 50 **năm mươi**, 90 **chín mươi**;

21 **hai mươi mốt**, 31 **ba mươi mốt**, 51 **năm mươi mốt**, 81 **tám mươi mốt**;

15 **mười lăm**, 25 **hai mươi lăm**, 55 **năm mươi lăm**, 95 **chín mươi lăm**;

24 **hai mươi bốn** or **hai mươi tư**, 34 **ba mươi bốn** or **ba mươi tư**, 64 **sáu mươi bốn** or **sáu mươi tư**

100 **một trăm**, 200 **hai trăm**, 700 **bảy trăm**;

106 **một trăm linh/lẻ sáu**, 208 **hai trăm linh/lẻ tám**

1000 **một nghìn** or **một ngàn** (used more in south Vietnam)
1,000,000 **một triệu**

3 Bây giờ lá mấy giờ?

> **LANGUAGE TIP**
> - **Mười** (ten) beyond the number 19 becomes **mươi**:
>   20 **hai mươi**; 30 **ba mươi**; 43 **bốn mươi ba**; 86 **tám mươi sáu**;
> - Starting from 21, the number **một** (one) after another number becomes **mốt**:
>   21 **hai mươi mốt**; 41 **bốn mươi mốt**; 71 **bảy mươi mốt**
> - **Năm** (five) after another number becomes **lăm**:
>   15 **mười lăm**; 25 **hai mươi lăm**; 45 **bốn mươi lăm**; 55 **năm mươi lăm**; 95 **chín mươi lăm**
> - 0 after 100 (such as 101, 109, 204, 703) has to be read as **linh** or **lẻ**:
>   102 **một trăm linh/lẻ hai**; 206 **hai trăm linh/lẻ sáu**; 505 **năm trăm linh/lẻ năm**
> - Starting from 24 number 4 (**bốn**) can also be read as **tư**:
>   24 **hai mươi bốn** or **hai mươi tư**; 74 **bảy mươi bốn** or **bảy mươi tư**

TELLING THE TIME IN VIETNAMESE

Telling the time in Vietnamese is simple and you just need to state the relevant number of **giờ** (*hours*), **phút** (*minutes*) or **giây** (*seconds*). For example:

10.00 **mười giờ**

9.25 **chín giờ hai mươi lăm phút**

7.30 **bảy giờ ba mươi phút**

There is a special expression **rưỡi** (*half past*) which can be used instead of saying *30 minutes*. For example: 8.30 **tám giờ rưỡi**, 6.30 **sáu giờ rưỡi**.

When referring to the final 15 minutes in each hour (such as 9.45, 11.57) you can also use the expression **kém** (*minus*). In this case you need to deduct the relevant number of minutes from the following hour, similar to the English *ten to eleven*. For example:

9.45 **chín giờ bốn mươi lăm phút** or **mười giờ kém mười lăm phút** (ten minus 15)

11.57 **mười một giờ năm mươi bảy phút** or **mười hai giờ kém ba phút**

> **LANGUAGE TIP**
> In common parlance, the word **phút** added at the end is optional. **Mười giờ kém mười lăm** is clearly understandable. When stating the time in ordinary conversation, omitting the word **phút** is the norm.

Practice

1 Can you understand the following Vietnamese numbers?

- **a** sáu mươi chín
- **b** ba mươi ba
- **c** mười hai
- **d** bốn mươi bảy
- **e** một trăm chín mươi lăm
- **f** năm mươi lăm
- **g** hai trăm linh tám
- **h** một nghìn chín trăm tám mươi sáu
- **i** bảy trăm lẻ ba
- **j** năm trăm linh năm
- **k** bảy mươi mốt

2 Write the following numbers in Vietnamese.

- **a** 63
- **b** 44
- **c** 798
- **d** 203
- **e** 11
- **f** 75
- **g** 407
- **h** 1999
- **i** 15
- **j** 31
- **k** 59
- **l** 602
- **m** 48
- **n** 81

3 Look at each clock and write down the times in Vietnamese.

3 Bây giờ là mấy giờ?

4 Say at what time you usually do the following daily activities.

Hàng ngày tôi thường (*Every day I usually*):

a   get up at 7 o'clock.
b   have breakfast at 7.30.
c   arrive at school at 8 o'clock.
d   eat lunch at 12.30.
e   meet a friend at 6 p.m.
f   return home at 7 p.m.
g   watch television at 8 p.m.
h   go to sleep at 10.30 p.m.

Pronunciation and speaking

1 Read the following Vietnamese numbers out loud. Make sure that you pronounce each word carefully.

a   bảy mươi sáu
b   một trăm linh hai
c   hai nghìn chín trăm tám mươi lăm
d   ba mươi mốt
e   năm mươi tư
f   một ngàn chín trăm chín mươi chín
g   bảy triệu

2 Answer the questions (reflecting your own circumstances). Speak out loud.

a   Buổi sáng anh thường dậy lúc mấy giờ?
b   Chị thường ăn sáng lúc mấy giờ?
c   Anh thường về nhà lúc mấy giờ?
d   Buổi tối anh thường đi ngủ lúc mấy giờ?

Reading and listening

1 03.05 **Listen to the following text carefully. Take notes if necessary so that you can answer the questions.**

Tên tôi là Trí. Ngày làm việc tôi bắt đầu sớm. Tôi thường dậy lúc sáu giờ sáng. Tôi ăn sáng từ 6.15 đến 6.30. Sau đó tôi đi làm. Cơ quan tôi bắt đầu làm việc từ 7.30 giờ sáng. Tôi nghỉ và ăn trưa từ 12 giờ đến 12.45. Buổi chiều tôi làm việc đến 4 giờ chiều. Sau đó tôi về nhà. Gia đình tôi thường ăn tối lúc 6.30. Hàng ngày tôi xem ti vi từ 8 giờ đến 9 giờ. Tôi cũng thích đọc sách hay nghe nhạc. Tôi thường đi ngủ lúc 10 giờ nhưng vợ tôi đi ngủ lúc 11 giờ.

nghỉ	to have a rest
xem ti vi	to watch television
đọc sách	to read a book
nghe nhạc	to listen to music
ngủ	to sleep

a What time does Trí get up?
b At what time does he eat breakfast?
c Does he eat breakfast at home or in his office?
d At what time does his office start work?
e Does he take a break for lunch?
f Does he watch television for more than two hours?
g Who goes to sleep earlier, Trí or his wife?

2 Now read the text carefully, paying extra attention to those sections you had difficulty understanding when you were listening.

Go further

TỪ ... ĐẾN *FROM ... UNTIL*

Từ means *from* and **đến** means *till, until*.

Use what you have learned in this lesson to specify the amount of time you spent on these activities.

a I work from 9 a.m. till 5 p.m.
b My wife works from 10 a.m. till 3 p.m.
c My son studies English every day from 2 p.m. till 4 p.m.
d Every day I watch television from 8 p.m. till 10 p.m.

Test yourself

1 Give the English for the following.

    a Anh Nam làm việc từ 8 giờ sáng đến 5 giờ chiều.
    b Tôi xem ti vi từ 9 giờ đến 10 giờ.
    c Xin lỗi chị, bây giờ là mấy giờ?
    d Con trai tôi học tiếng Anh từ 2 giờ đến 3.30.
    e Gia đình tôi ăn tối từ 7 giờ đến 7.45.
    f Hàng ngày chị dậy lúc mấy giờ?

2 Which number indicates:

a	the number of days in a year?	1	ba mươi hay ba mươi mốt
b	the number of days in a month?	2	ba trăm linh ba
c	the approximate population of Vietnam?	3	gần một trăm triệu
		4	một nghìn chín trăm tám mươi hai
		5	ba trăm sáu mươi lăm
		6	mười hai triệu

3 Match the Vietnamese sentences with the correct English translation.

a	Hàng ngày tôi dậy lúc tám giờ.	1	I work from nine to five.
b	Bây giờ là mười giờ rưỡi.	2	Every day I get up at eight o'clock.
c	Tôi làm việc từ chín giờ sáng đến năm giờ chiều.	3	My wife and I usually eat lunch at twelve.
d	Hàng ngày tôi thường gặp bạn lúc sáu giờ chiều.	4	It is half past ten.
e	Tôi và vợ tôi thường ăn trưa lúc mười hai giờ.	5	Every day I usually meet my friend at six o'clock in the evening.

4 How would you ask somebody what time they get up?

    a Bây giờ là mấy giờ?
    b Hàng ngày anh ăn tối lúc mấy giờ?
    c Hàng ngày anh dậy lúc mấy giờ?

5 **How would you ask your friend what time he usually has his dinner?**
   a Hàng ngày anh ăn sáng lúc mấy giờ?
   b Anh thường ăn tối lúc mấy giờ?
   c Anh có ăn tối không?

6 **How would you tell your son that his English lesson starts at 10 o'clock?**
   a Lớp học tiếng Anh kết thúc lúc mười giờ.
   b Lớp học tiếng Anh bắt đầu lúc mấy giờ?
   c Lớp học tiếng Anh bắt đầu lúc mười giờ.

SELF CHECK

I CAN...
...tell the time in Vietnamese.
...count in Vietnamese.
...describe the different parts of a day.
...say at what time something starts and finishes.

Review

1 **Translate the following sentences into English.**
   a Chị Davika không phải là bạn tôi.
   b Bà Mai không sống ở Vũng Tàu.
   c Anh Kwame, anh có biết tiếng Việt không?
   d Chị Loan làm việc ở thư viện.
   e Ông nội tôi về hưu.
   f Tôi không phải là sinh viên, tôi là bác sĩ.
   g Anh Pornthip không ngủ, anh ấy học.
   h Vợ tôi ba mươi hai tuổi.
   i Alex là người nước nào? Alex là người Mỹ.
   j Bạn tôi Naresh không biết tiếng Việt. Anh ấy biết tiếng Pháp.
   k Hàng ngày tôi thường ăn trưa lúc mười hai giờ rưỡi.
   l Cô Anika có phải là người Ấn Độ không?
   m Ethan gặp luật sư Duy nhưng không gặp bác sĩ Phúc.
   n Anh Sunil, anh biết tiếng Nhật, phải không?
   o Chị Naomi thường nghỉ từ ba giờ đến bốn giờ chiều.
   p Em Thảo không chào cô Loan.
   q Anh Helmut có phải là người Đức không?

2 **Match the Vietnamese sentences with their English equivalents.**

   a Hàng ngày tôi ăn sáng lúc tám giờ.
   b Anh tôi độc thân.
   c Gia đình chị sống ở đâu?
   d Anh Peter sinh ra ở nước Anh.
   e Xin lỗi, anh tên là gì?
   f Chị Lan có mấy anh chị em?
   g Anh lập gia đình chưa?

   1 My older brother is single.
   2 How many siblings does Lan have?
   3 Excuse me, what is your name?
   4 Every day I eat breakfast at 8 o'clock.
   5 Are you married?
   6 Peter was born in England.
   7 Where does your family live?

3 Make the following sentences negative.

a Chị Phượng là nhà báo.
b Ông Hùng làm việc ở Đà Nẵng.
c Bạn tôi là người Anh.
d Bà Mai ăn trưa lúc mười hai giờ.
e Anh Basir xem ti vi từ tám giờ đến chín giờ.
f Bố tôi ăn sáng lúc bảy giờ.
g Gia đình tôi sống ở Thành phố Hồ Chí Minh.
h Bà Linh gặp ông Vinh.
i Bác sĩ Nam làm việc ở bệnh viện.
j Chị Bình biết tiếng Anh.

4 Translate the following text into Vietnamese.

My name is Noam. I am English. I was born in Birmingham. I am a journalist. I live and work in London. My parents live in Brighton. I have one older brother and one younger sister. My sister is married but my brother is single.

Every day I get up at 7 o'clock but my wife gets up at 7.30. I eat my breakfast and then go to work. I work from 9 to 5. I return home at 6.

5 Translate and say the following sentences into Vietnamese.

a My name is Jean-Pierre. I was born in Paris.
b My younger sister does not live in Vietnam. She lives in England.
c How many siblings do you have, Sanjay?
d Do you know French, Nam? No, I don't know French.
e Is Mr García Japanese? No, he is Spanish.
f Is Arnaud French?
g Where do you live?
h At what time do you have lunch?
i Are you single, Carlos?
j My older brother lives in Hanoi but works in Hải Phòng.
k Miss Hương met Mr Trí and said hello to him.
l Where were you born?
m Do you want to meet Mrs Lan?
n At what time do you get up in the morning?
o Where are you from? (Which country are you from?)

6 Read and translate the following numbers.

a một nghìn chín trăm tám mươi ba
b hai trăm linh năm
c sáu mươi mốt
d bảy mươi lăm
e bốn trăm chín mươi tư
f mười lăm
g hai trăm sáu mươi lăm
h ba ngàn bốn trăm lẻ bảy
i hai triệu
j hai nghìn không trăm mười bốn
k năm mươi lăm
l bốn mươi tư
m mười sáu

7 Write down the following numbers in Vietnamese.

a 23
b 755
c 1047
d 68
e 473
f 51
g 205
h 2012
i 34
j 644
k 1945
l 1858
m 109
n 91
o 11

In this unit you will learn how to:
» express dates, days of the week and months in a year.
» use ordinal numbers.
» discuss schedules and dates.
» use the past, present and future tenses in Vietnamese.

Ngày mai anh có bận không?

My progress tracker

DAY / DATE	🎧	🎤	📖	✏️	💬
	○	○	○	○	○
	○	○	○	○	○
	○	○	○	○	○
	○	○	○	○	○
	○	○	○	○	○

The Vietnamese calendar

For official purposes Vietnamese people use a **dương lịch** (*Gregorian/solar calendar*). However, religious activities and festivals follow an **âm lịch** (*lunar calendar*). The lunar calendar employs a 60-year cycle divided into a further five 12-year groups, each symbolized by an animal. The twelve animals of the Vietnamese zodiac are: **chuột** (*rat/mouse*), **trâu** (*ox/buffalo*), **hổ** (*tiger*), **mèo** (*cat*, replacing the rabbit in the Chinese zodiac), **rồng** (*dragon*), **rắn** (*snake*), **ngựa** (*horse*), **dê** (*goat*), **khỉ** (*monkey*), **gà** (*rooster*), **chó** (*dog*), and **lợn** (*pig*). Each animal symbolizes certain qualities and determines the character of each year.

The most important festival is the New Year event, **Tết Nguyên Đán**. It is accompanied by colorful customs and numerous superstitions. For example, Vietnamese people believe that the first visitor to their home during **Tết** can influence the fortune of the family for the rest of the year. They decorate their homes with blossoms and greet each other by saying **'Chúc mừng năm mới!'** ('*Happy new year!*').

What traditions and customs accompany the Vietnamese Lunar New Year celebrations (**Tết Nguyên Đán**)?

Vocabulary builder

TALKING ABOUT SCHEDULES AND DATES

04.01 Read the following words and phrases. Then listen to the audio and try to imitate the pronunciation.

ngày	*day*
tuần	*week*
tháng	*month*
năm	*year*
năm nay	*this year*
năm ngoái	*last year*
năm sau	*next year*
hôm nay	*today*
hôm qua	*yesterday*
hôm kia	*the day before yesterday*
tuần này	*this week*
tuần sau	*next week*
tuần trước	*last week*
ngày mai	*tomorrow*
ngày kia	*the day after tomorrow*
tháng này	*this month*
tháng sau	*next month*
tháng trước	*last month*
Hôm nay là ngày bao nhiêu?/ Hôm nay là ngày mấy?	*What date is it today?*
Hôm nay là ngày thứ mấy?	*What day of the week is it today?*
Bao giờ?	*When?*
vịnh Hạ Long	*Ha Long Bay*
cuối tuần	*at the end of the week*
về	*come back, return*

4 Ngày mai anh có bận không?

Conversation and comprehension 1

 04.02 Helen and Hương are making plans for a trip. How long will they be away?

Hương	Cuối tuần này tôi định chúng ta sẽ đi vịnh Hạ Long.
Helen	Bao giờ đi?
Hương	Chúng ta sẽ đi sáng thứ sáu.
Helen	Đi mấy ngày? Bao giờ về?
Hương	Ba ngày. Chiều chủ nhật về Hà Nội.

New expressions

MONTHS OF THE YEAR

The months of the year are formed in Vietnamese by the word **tháng** (*month*) followed by the relevant number:

tháng một/tháng giêng	*January*
tháng hai	*February*
tháng ba	*March*
tháng bốn/tháng tư	*April*
tháng năm	*May*
tháng sáu	*June*
tháng bảy	*July*
tháng tám	*August*
tháng chín	*September*
tháng mười	*October*
tháng mười một	*November*
tháng mười hai/tháng chạp	*December*

ORDINAL NUMBERS

Ordinal numbers are formed by the ordinal designator **thứ** followed by a cardinal number (**thứ** + number). The system is regular with the exception of *first* (where **nhất** is used rather than **một**) and *fourth* (where **tư** is used rather than **bốn**).

1st	**thứ nhất** (**nhất** is used instead of **một**)	10th	**thứ mười**
		25th	**thứ mười lăm**
2nd	**thứ hai**	75th	**thứ bảy mươi lăm**
3rd	**thứ ba**	100th	**thứ một trăm**
4th	**thứ tư** (**tư** rather than **bốn** in *fourth*)		

HÔM NAY LÀ NGÀY THỨ MẤY? *WHAT DAY IS IT TODAY?*

Words indicating days in a week in Vietnamese use ordinal numbers. There is a special expression for *Sunday* (**chủ nhật** – *master's day*) that is followed by the *second day* (*Monday*), *third day* (*Tuesday*), etc.

Hôm nay là thứ mấy? is the question to ask if you want to know *what day is it today?*

chủ nhật	*Sunday*	**(ngày) thứ năm**	*Thursday*
(ngày) thứ hai	*Monday*	**(ngày) thứ sáu**	*Friday*
(ngày) thứ ba	*Tuesday*	**(ngày) thứ bảy**	*Saturday*
(ngày) thứ tư	*Wednesday*		

Match the Vietnamese phrases on the left with the English equivalent on the right.

a sáng mai
b tối qua
c tháng năm năm sau
d chiều qua
e ngày mười hai tháng chín
f chủ nhật tuần trước

1 next year in May
2 yesterday in the afternoon
3 12 September
4 tomorrow morning
5 last Sunday
6 yesterday evening

Conversation and comprehension 2

04.03 Listen to Peter and Nam and find out if Peter has been to Ho Chi Minh City or if and when he is planning to go.

Peter	Ngày mai anh có rỗi không?
Nam	Sáng mai tôi sẽ đến thăm bạn ở bệnh viện và sau đó tôi sẽ chuẩn bị đi thành phố Hồ Chí Minh công tác.
Peter	Bao giờ anh đi thành phố Hồ Chí Minh?
Nam	Cuối tuần sau.
Peter	Tôi đã thăm thành phố Hồ Chí Minh rồi.
Nam	Anh đến đó bao giờ?
Peter	Tháng bảy năm ngoái.

Learn more

TENSE

Vietnamese sentences are "tenseless." A simple statement **Tôi đọc sách** can mean *I am reading a book, I will read a book,* or *I read a book,* depending on the context. If the tense is already clear from the context (for example, if it contains other time-specific expressions such as *last year, tomorrow morning, next summer,* etc.), then there is no need to use extra tense markers. When we need to specify the tense, the following grammatical words are used:

Present tense

đang placed before the main verb, emphasizes that something is just happening:

Bố tôi đang ngủ.	*My dad is sleeping.*
Bà Linh đang xem ti vi.	*Mrs Linh is watching television.*
Anh Ba đang làm việc.	*Ba is working.*
Anh Noah đang gửi email.	*Noah is sending emails.*
Pornvit đang lướt web.	*Pornvit is surfing the net*

Past tense

đã placed before the main verb:

Bà Mai đã đến cơ quan.	*Mrs Mai came to the office.*
Kwame đã đi thăm Việt Nam.	*Kwame went to visit Vietnam.*
Chị Lan đã gặp bạn ở một quán cà phê.	*Lan met a friend in a coffee shop.*

Vừa/mới/vừa mới placed before the main verb, indicates recent past, something that has just happened:

Bà Mai vừa đi chợ.	*Mrs Mai has just gone to the market.*
Ông Hùng mới về nhà.	*Mr Hùng has just returned home.*
Em Lan vừa mới ăn trưa.	*Lan has just eaten her lunch.*
Ông Ahmed vừa đặt phòng trên Airbnb.	*Mr Ahmed has just booked a room on Airbnb.*

Future tense

sẽ placed before the main verb:

Mẹ tôi sẽ đi xem phim.	*My mum will go to the cinema.*
Con gái tôi sẽ lấy chồng.	*My daughter will get married.*
Em trai tôi sẽ đi du lịch.	*My younger brother will go travelling.*

Sắp placed before the main verb indicates the near future, something that is about to happen:

Tôi sắp đi Việt Nam.	*I am about to go to Vietnam.*
Gia đình tôi sắp ăn trưa.	*My family is about to have lunch.*
Em gái tôi sắp về nhà.	*My younger sister is about to return home.*

As we have already discovered, **không** (used in Vietnamese to negate sentences) is placed before the main verb as are the tense markers. The obvious question to ask is, 'What comes first if we want to negate a sentence that already contains a tense marker?' Here is the correct word order:

Tôi đã đi xem phim. – Tôi đã không đi xem phim.
I went to the cinema. – I did not go to the cinema.

Tôi sẽ đi xem phim. – Tôi sẽ không đi xem phim.
I will go to the cinema. – I will not go to the cinema.

BAO GIỜ? *WHEN?*

Bao giờ? *When?* can be placed either at the beginning or at the end of a sentence, depending on the tense.

Bao giờ placed at the beginning of a sentence refers to the future (you are asking when something will happen). **Bao giờ** placed at the end of a sentence refers to the past (you are asking when something happened).

1 Select the correct expression from those suggested in the brackets to answer the following questions.

a Bao giờ chị đi nước Pháp? (năm sau/năm ngoái)
b Bao giờ anh về nhà? (ngày mai/hôm qua)
c Anh Dũng đi bác sĩ bao giờ? (thứ bảy tuần trước/thứ tư tuần sau)
d Bạn đi ăn cơm Việt Nam bao giờ? (ngày kia/hôm kia)
e Bà gặp ông Brown bao giờ? (tháng trước/tháng sau)
f Bố mẹ anh đi Việt Nam bao giờ? (tháng mười năm ngoái/tháng hai năm sau)
g Em Lan và anh Nam đi xem phim bao giờ? (tối qua/chiều mai)

4 Ngày mai anh có bận không?

2 Imagine that you work as a secretary for Mrs Bình, a busy lawyer. People are writing and phoning with requests for appointments and you have to field these queries. Consult her diary below and respond to the following questions.

   a Sáng thứ hai bà có bận không?
   b Chủ nhật bà làm gì?
   c Bà học tiếng Pháp ngày nào?
   d Chiều thứ năm bà có rỗi không?

Tháng mười						
Chủ nhật	Thứ hái	Thứ bá	Thứ tư	Thứ năm	Thứ sáu	Thứ bảy
Đi tham quan với gia đình	Gặp ông Howard ở cơ quan	Sân bay: đi Nha Trang công tác	Bệnh viện	Đại sứ quán Pháp xin visa	Cuộc họp	Sinh nhật của chồng (mua qùa)
	Ngân hàng		Làm việc ở cơ quan		Ăn trưa với bạn	Về quê thăm bố mẹ
Hiệu ăn		Học tiếng Pháp		Đi xem phim	Đi xem hát	Buổi tiệc sinh nhật của chồng

3 Is the following information correct?

   a Thứ năm bà Bình sẽ đi xem hát.
   b Sáng thứ sáu bà Bình sẽ đi họp.
   c Tuần này bà Bình không đi xem phim.
   d Tuần này bà phải mua qùa cho chồng.
   e Bà Bình sẽ gặp ông Howard vào thứ hai.
   f Bà Bình sẽ gặp ông Howard ở hiệu ăn.
   g Bà Bình sẽ không đi thăm bố mẹ.

READING THE DATES

Now that you have learned Vietnamese numbers and the months of the year, you should be able to say the date without any problem. This is done simply by reading the **ngày** (*day*), the **tháng** (*month*) and the **năm** (*year*). For example, let's imagine that today is 23 June 2014. You say:

Hôm nay là (ngày) hai mươi ba (*23*) **tháng bảy** (*June*) **năm hai nghìn không trăm hai mươi bốn** (2024).

For dates between the first and the tenth day of each month, an additional expression **mồng/mùng** must be added: 5 May **(ngày) mồng năm** (5) **tháng năm** (*May*); 3 September **(ngày) mùng ba** (3) **tháng chín** (*September*).

When you want to enquire about the date you ask:

Hôm nay là ngày bao nhiêu?   *What date is it today?*
Hôm nay là ngày mồng mấy?   *What day is it today?* (Use only if asking about the first ten days in each month.)

Pronunciation and speaking

1 Read the following dates and write them down in Vietnamese.

  a 5.2.1999   **c** 19.7.1975   **e** 7.10.1963
  b 30.5.1858   **d** 21.12.2001   **f** 14.11.2014

2 How would you say the following?

  a You were born on 17 October.
  b Your brother got married last June.
  c Your father retired in April 2020.
  d You were born on a Monday.
  e Next month you will visit your sister in Đà Nẵng.

3 Are the following statements *correct* (đúng) or *wrong* (sai)?

  a Một giờ có sáu trăm phút.
  b Một ngày có hai mươi ba giờ.
  c Tháng ba có hai mươi chín ngày.
  d Một tuần có bảy ngày.
  e Một năm có ba trăm sáu mươi lăm ngày.
  f Tháng mười hai có ba mươi mốt ngày.

4 Your friend asks you, 'Sinh nhật anh vào ngày nào?' What does he want to know?

  a Where were you born?
  b Which day were you born?
  c When is your birthday party?

5 Which of the following options provides the correct answer to this question: Hôm nay là ngày bao nhiêu?

  a Hôm nay là thứ tư.
  b Hôm nay là mồng tám tháng chín.
  c Chín giờ rưỡi.

6 Which of the following options provides the correct answer to this question: **Chị sinh tháng nào?**
  a tháng tám
  b ngày thứ bảy
  c năm ngoái

7 Your Vietnamese friends are making the following New Year's resolutions.

Anh Hùng	Năm sau tôi định đi du lịch ba lô.
Chị Lan	Năm sau tôi định học tiếng Pháp.
Chị Hương	Năm sau tôi sẽ mua nhà mới.
Anh Thanh	Năm sau tôi định lấy vợ.
Chị Phượng	Năm sau tôi sẽ thăm bạn của tôi ở Nha Trang.

  a Who is planning to get married?
  b Who is hoping to buy a new house?
  c Who intends to learn French?
  d Who wants to go backpacking?
  e Who plans to visit a friend?

Reading and listening

1 04.04 **Listen to the following dates and write them out in English.**
  a ngày hai mươi lăm tháng hai năm một nghìn chín trăm tám mươi ba
  b mồng ba tháng ba năm một nghìn sáu trăm bảy mươi lăm
  c ba mươi mốt tháng chạp năm hai nghìn không trăm mười ba
  d ngày mùng sáu tháng giêng năm một nghìn tám trăm hai mươi hai
  e mười bốn tháng bảy năm hai nghìn không trăm mười

2 **Read the text carefully and find out the following information.**
  a When was Phương born?
  b When did she get married?
  c How many children does she have?
  d Does she have sons or daughters?
  e When will she visit her parents?
  f What is her husband's job?

Tôi là Phương. Tôi sinh ra năm một nghìn chín trăm tám mươi. Tôi sống ở Hà Tĩnh. Năm một nghìn chín trăm chín mươi chín tôi đã cưới. Chồng tôi là nhà báo. Tôi có hai con: một con gái và một con trai. Con gái tôi sinh ra năm hai nghìn không trăm linh một và con trai tôi sinh ra năm hai nghìn không trăm linh năm. Năm nay vào tháng bảy gia đình tôi định về quê thăm bố mẹ. Bố mẹ tôi sống ở Vĩnh Yên, một thành phố gần Hà Nội.

Test yourself

1 How would you say the following in Vietnamese?
   a   Last night I went to bed at 11.45.
   b   Next week I will travel to Nha Trang to visit my sister.
   c   Yesterday I met my friend Nam.
   d   In the evening on Saturday I went to see a Vietnamese film.
   e   Next year my parents will go on holiday to Hue.
   f   Mr Thanh has just returned home.
   g   The French lesson is about to start.
   h   In the evening I like to watch television.

2 Translate the following sentences into English.
   a   Hôm qua tôi học tiếng Việt từ buổi sáng đến buổi chiều.
   b   Thứ bảy tuần này tôi sẽ gặp bạn tôi.
   c   Sáng mai mẹ tôi sẽ về quê.
   d   Chị sinh tháng nào?
   e   Tuần trước ông Trí đã giới thiệu bà Hoa với ông Brown.
   f   Bao giờ anh đi chơi?

3 How do you say the following in Vietnamese?
   a   I am meeting my lawyer tomorrow.
   b   My daughter was born last year.
   c   When did you meet Mr Thanh?
   d   On Sunday afternoons I usually go to visit my grandparents.
   e   Next week Peter will start learning Vietnamese.
   f   I am about to eat my breakfast.
   g   Last year, Susan visited Southeast Asia.

SELF CHECK

I CAN...
...talk about dates, days of the week, months in a year.
...ask when something happened or will happen.
...discuss schedules.
...form the past, present and future tense in Vietnamese.

5

In this unit you will learn how to:
» ask for directions.
» make requests and commands.
» discuss different means of transport.
» ask *how far? how long?*

Hỏi đường

My progress tracker → DAY / DATE

One country, many nations

Vietnam is a culturally diverse nation in which many ethnic groups live together, each possesing their own unique customs and traditions. Other than ethnic Vietnamese people (**người Việt**, **người Kinh**) who account for approximately 86% of the population, there are another 53 ethnic groups living in Vietnam. According to official statistics only six of these have more than 1 million people (**Tày**, **Thái**, **Mường**, **Khơ Me**, **Hmông**). 14 ethnic groups have populations ranging from 100,000 to 1,000,000 people (for example, **Gia rai**, **Ê Đê**, **Dao**, **Ba Na**, **Chăm**, **Hre**). All remaining ethnic groups have populations of less than 100,000 people (such as **Mạ**, **Xtiêng**, **Bru-Vân Kiều**). Most live in remote rural areas and mountains and still wear distinctive colourful traditional costumes.

According to legend, Vietnamese people are the descendants of the dragon king, **Lạc Long Quân**, and the fairy princess, **Âu Cơ**, from the mountains. They married and **Âu Cơ** bore an egg sack from which hatched 100 children. In spite of her love for **Lạc Long Quân**, **Âu Cơ** yearned for the mountains whilst he needed the sea. They separated, each taking 50 children.

Who are the Kinh people?

Do all Vietnamese ethnic minorities share the same ancestors as those suggested in the legend of **Âu Cơ** and **Lạc Long Quân**?

Vocabulary builder

05.01 **Read the following the words and phrases. Then listen to the audio and try to imitate the pronunciation.**

đi	go
đến	arrive, come
chỉ	show, point me to
giúp	help
bản đồ	map
gần	near
xa	far
phố	street
đại sứ quán	embassy
chỉ . . . thôi	only
sân bay	airport
lạc đường	to be lost
sau đó	after that
khoảng	approximately
ông làm ơn chỉ giúp tôi đường đi đến . . . ?	please can you show me the way to . . . ?
cách đây	the distance from here
ngã ba/ngã tư	crossroads
đi thẳng	go straight
rẽ	to turn
phải	right
trái	left
bao xa?	how far?
bao lâu?	how long?

5 Hỏi đường

Conversation and comprehension 1

1 05.02 **Listen to the following conversation.**

John	Xin lỗi, ông làm ơn chỉ giúp tôi đường đi đến đại sứ quán Anh?
Passer-by	Từ đây anh đi thẳng đến ngã ba, sau đó rẽ phải.
John	Cách đây bao xa?
Passer-by	Không xa. Đi bộ chỉ mất 10 phút thôi.
John	Cám ơn ông.
Passer-by	Không có gì.

    a Can you identify the meaning of **từ . . . đến**?
    b Vietnamese has several words for a crossroad. Can you work out the difference between **ngã ba** and **ngã tư**?

2 You are looking for the nearest bank (ngân hàng) and are given the following instructions, 'Chị cứ đi thẳng đến cuối phố này và rẽ phải. Ngân hàng cách chỗ rẽ khoảng một trăm mét.' What are you supposed to do?

    a Go straight, and after hundred meters turn right.
    b Go to the end of the road and turn right.
    c Turn right and keep on going for about hundred meters.

3 How would you ask a passerby for directions to the following places? Can you also ask how far these places are from where you are?

    a ngân hàng
    b đại sứ quán
    c bưu điện (post office)
    d bệnh viện (hospital)
    e nhà ga (railway station)
    f siêu thị (supermarket)
    g hiệu thuốc (pharmacy)

New expressions

MEANS OF TRANSPORT

Anh đi Hà Nội bằng gì?	How did you get to Hanoi?
đi bộ	go on foot
xe ô tô	car
xe máy	motorbike
xe ôm	motorbike taxi
ôm	to hug, cuddle
xe đạp	bicycle
xe lửa/xe hỏa	train
xe buýt	bus
xe khách	coach
xe tắc xi	taxi
máy bay	plane
xích lô	cyclo, pedicab
tàu thủy	boat
thuyền	junk, small boat

Conversation and comprehension 2

1 05.03 Listen to the conversation and answer the questions.

Peter	Xin lỗi, tôi bị lạc đường. Tôi muốn đến phố Hàng Gà.
Bà Mai	Phố Hàng Gà cách đây khá xa.
Peter	Bà có thể chỉ cho tôi trên bản đồ không?
Bà Mai	Phố Hàng Gà ở trung tâm thành phố Hà Nội. Đây!
Peter	Cám ơn bà.

  a Where is Peter going?
  b Does he have a map?

2 05.04 Listen to the conversation and answer the questions.

Helen	Xin lỗi, anh làm ơn cho tôi hỏi, ga Hà Nội cách đây có xa không?
Anh Thanh	Khá xa nếu đi bộ. Có lẽ chị nên đi tắc xi.
Helen	Cám ơn.
Anh Thanh	Không có gì.

  a Where is Helen going?
  b Is her destination far away?

5 Hỏi đường

Practice

1. **What do you say if you want to know how long it takes to get to the airport?**
   a Sân bay ở đâu?
   b Sân bay cách đây bao xa?
   c Đi sân bay mất bao lâu?

2. **How do you ask 'how far is the airport'?**
   a Đi sân bay mất bao lâu?
   b Sân bay có xa không?
   c Từ đây đến sân bay bao xa?

Learn more

ĐI BẰNG ... TRAVELING BY ...

To say that you are using a particular type of transport is expressed in Vietnamese by using **bằng**. However, its use is optional and is often omitted. You can simply use a verb such as **đi** followed by the noun indicating the type of vehicle. For example:

Anh đi Hà Nội bằng gì?	*How did you get to Hanoi?* (By what means of transport?)
Tôi đi xe máy đến nhà ga.	*I went by motorbike to the railway station.*
Tôi đến Hà Nội bằng máy bay.	*I arrived in Hanoi by plane.*
Tôi về nhà bằng xe ôm.	*I returned home by motorbike taxi.*
Em trai tôi thích đi bằng xe buýt.	*My younger brother loves going by bus.*

1. **Your friend asks you, 'Anh đã đến sân bay bằng gì?' What does he want to know?**
   a Do you know where the airport is?
   b How did you get to the airport?
   c How will you get from the airport?

2. **You talk to your landlord about your recent trip to Huế. He asks, 'Anh đi Huế bằng gì?' What does he want to know?**
   a When did you go to Huế?
   b How long did it take to get to Huế?
   c How did you travel to Huế?

3 You are late for your appointment at the embassy. You intended to walk but now you need to take an **xe ôm**. How do you check with the driver how long it will take to get there?

    a Đi xe ôm đến đại sứ quán Anh giá bao nhiêu tiền?
    b Đi xe ôm đến đại sứ quán Anh mất bao lâu?
    c Anh có biết đại sứ quán Anh ở đâu không?

COMMANDS, ORDERS AND POLITE REQUESTS

The following words can be used to signal an order or command in Vietnamese (imperative). Some are more formal, others are milder and more polite, and should be perceived more as recommendations or suggestions.

Formal

Hãy placed before the main verb:

Anh hãy ngủ!	*Sleep!*

Đi placed at the end of a sentence:

Em ăn đi!	*Eat!*
Anh đi đi!	*Go!*

You can combine both **hãy** and **đi** for emphasis:

Em hãy ăn đi!

When you need to tell somebody not to do something you can use the following negative imperatives:

▶ **đừng** (*don't*) placed before the main verb:

Đừng nói!	*Don't talk!*
Đừng lo!	*Don't worry!*
Đừng sợ!	*Don't be scared!*

▶ **cấm** placed before the main verb (often appears on public signs):

Cấm vào!	*No entry!*
Cấm chụp ảnh!	*No photography!*

▶ **chớ** placed before the main verb makes it milder, more of a recommendation than a command:

Anh chớ uống rượu!	*Don't drink alcohol. (You should not drink alcohol.)*

5 Hỏi đường

Polite requests

In everyday life, rather than just telling people what to do, we more often need to make a polite request or ask for a favour. You should use one of the following expressions:

▶ **xin** *please*

Xin anh chờ một tí.	*Please wait a while.*

▶ **mời** *please* (lit. *to invite*)

Mời anh ngồi.	*Please have a seat.*
Mời ông vào.	*Please come in.*

▶ **làm ơn** *do somebody a favour*

Chị làm ơn giúp tôi.	*Please would you mind helping me?*

▶ **cho/cho phép** *allow, permit*

Xin cho tôi hỏi, bây giờ là mấy giờ?	*Please allow me to ask, 'what is the time'?*

4 How would you tell your friends to do or not to do the following?

 a Don't worry, Monika.
 b Have some food, Quê.
 c Don't smoke here, Antonio.
 d Let's go for a walk.
 e Get up early tomorrow, Cúc.
 f Don't be late, Miguel.
 g Please come in and have some coffee.

Listening

1 05.05 **Listen to the following conversation carefully and try to find the following information about Helen:**

  a When did she arrive in Vietnam?
  b How did she arrive in Vietnam?
  c Where is she staying at the moment?

Nam Helen, chị đến Việt Nam bao giờ?
Helen Tuần trước.
Nam Chị đến đây bằng gì?
Helen Bằng máy bay từ Bangkok.
Nam Bây giờ Helen ở đâu?
Helen Ở khách sạn Metropole. Tuần sau tôi bắt đầu làm việc. Cơ quan của tôi khá xa khách sạn này, trên phố Chu Văn An. Anh có biết phố Chu Văn An không?
Nam Biết.
Helen Đi đến đó thế nào?
Nam Chị nên thuê xe máy. Đi bằng xe máy chỉ mất khoảng 15 phút.
Helen Anh Nam đi làm bằng gì?
Nam Trước đây tôi thường đi bằng xe buýt nhưng đi xe buýt chậm. Bây giờ tôi thường đi bằng xe ôm. Đi xe ôm rẻ và nhanh.

2 Now listen again and answer the following questions about Helen's friend Nam.

  a Does he usually walk to his office?
  b Does he know where Chu Văn An street is?
  c How does he get to work?
  d Why is he no longer taking the bus to work?
  e Is traveling by motorbike taxi expensive?

5 Hỏi đường

Test yourself

1 You are staying with your Vietnamese friend. In the morning their mother asks, 'Tối qua anh về nhà bằng gì?' What does she want to know?
   a At what time did you return home last night?
   b How did you get back home last night?
   c Where did you go last night?

2 **Translate the following sentences into English.**
   a Tôi không biết đường đi đến nhà ga.
   b Hôm nay tôi mệt, tôi đi cơ quan bằng xe ôm.
   c Anh có biết trạm xe buýt gần nhất ở đâu?
   d Từ đây đến bệnh viện bao xa?
   e Ông làm ơn chỉ giúp tôi đường đi đến phố Hàng Đào.

3 **Provide English equivalents.**
   a Anh đừng lo!
   b Xin mời chị vào và uống cà phê.
   c Em dậy đi.
   d Anh hãy về nhà.
   e Em đừng đi bằng xe máy. Đi bằng xe buýt đi.
   f Anh đi nhanh đi.
   g Chị Helen làm ơn giúp tôi.
   h Em Nguyệt, đừng về nhà muộn.
   i Chủ nhật chúng ta đi thăm vịnh Hạ Long đi.
   j Hôm nay chúng ta đi chơi đi.
   k Mời chị Monica uống nước đi.
   l Các anh hãy im lặng!
   m Ngày mai anh hãy đến đây.

4 Do you enjoy a challenge? Try to tackle the following reading comprehension.

Rakesh and Ethan are at the airport and need to get to their hotel in the city center. While they are waiting for their luggage somebody hands them the following, a leaflet, entitled **Phương tiện đi chuyển từ sân bay về trung tâm Hà Nội** (lit. *The means of transport to get from the airport to the center of Hanoi*). Read the leaflet and find the following information:

a Will bus number 7 take them all the way to the center?
b How much will they have to pay if they take the airport car?
c Where does bus number 25 go?
d What does the leaflet say about traveling by taxi? Use a dictionary to look up the meaning of **nhóm** and **đông người**. Can you guess the Vietnamese phrase meaning *to catch a bus*?

Phương tiện đi chuyển từ sân bay về trung tâm Hà Nội

Xe ô tô của sân bay (giá 35.000VND/người) về địa chỉ ở trung tâm Hà Nội.
Taxi (giá khoảng 300.000VND), thích hợp cho nhóm đông người.
Xe buýt: bắt xe buýt số 7 về bãi trung chuyển Cầu Giấy. Tiếp đó bắt xe 32 hoặc 25 đến trung tâm thành phố.

SELF CHECK

I CAN...
...ask for directions.
...make requests and commands.
...describe different means of transport.
...ask *how far? how long?*

6

In this unit you will learn how to:
» use basic Vietnamese adjectives.
» describe people, objects and places.
» ask what something or somebody is like.
» state your likes, dislikes and preferences.
» form comparatives and superlatives.

Thế nào?

My progress tracker

Vietnamese traditional dress

Áo dài (*a long floating tunic*) is a traditional Vietnamese costume worn with wide trousers underneath. There are many different types of **áo dài** and different regions of the country have their own styles. Although it has been widely replaced by western clothes it is still worn by many on special occasions and remains an easily recognizable symbol of Vietnam.

Another symbol of Vietnam is **nón lá** (*leaf hat*), a conical hat traditionally worn by people in the countryside as a protection against the tropical sun or monsoon rains. Made from dried palm leaves attached to a bamboo frame, the hat is light yet durable and strong. **Nón thơ Huế** (*the poem hat of Huề*) is a more elaborate version of the plain **nón la**. Pictures or poems are inlaid between individual layers of leaves, visible only when held up against the sun. **Nón lá** and **nón thơ Huế** have become populate souvenir from Vietnam.

Was **áo dài** traditionally worn by women or men?
Why is the **nón la** (the Vietnamese conical hat) so versatile?

Vocabulary builder

DESCRIBING PEOPLE AND OBJECTS

06.01 Read the following the words and phrases. Then listen to the audio and try to imitate the pronunciation.

nhỏ	small	lớn/to	large, big
cao	tall	thấp	low, short
già	old (opposite of young)	trẻ	young
cu	old	mới	new
dài	long	ngắn	short
rộng	wide	hẹp	narrow
khó	difficult	dễ	easy
đắt	expensive	rẻ	cheap
đẹp	pretty, nice	xấu	ugly, bad
vui	cheerful, happy	buồn	sad
bẩn	dirty	sạch	clean
nóng/ấm	warm	lạnh/rét	cold
béo	fat	gầy	slim, thin
ốm	ill	khỏe	healthy
chăm	hardworking	lười	lazy
hay	interesting	chán	boring
cổ	ancient	hỏng	broken
yên tĩnh	quiet, tranquil	thông/thông minh	clever

Conversation and comprehension 1

1 06.02 Jane needs to reserve a hotel for her friend from London. She asks Hoa for her opinion. Which hotel is cheaper, the Metropole or Bông Sen?

Jane	Khách sạn Metropole có tốt không?
Hoa	Khách sạn Metropole tốt lắm nhưng cũng đắt lắm.
Jane	Khách sạn nào rẻ?
Hoa	Khách sạn Bông Sen rẻ vá sạch.

6 Thế nao?

2 06.03 **Liên and her friend talk about their dog (con chó).**

Bạn của Liên	Con chó của Liên có to không?
Liên	Con chó của tôi nhỏ.
Bạn của Liên	Con chó có béo không?
Liên	Không.
Bạn của Liên	Con chó có nhanh không?
Liên	Có.

  a Is the dog big or small?
  b Is her dog slow?

New expressions

ASKING FOR OPINIONS

(như) thế náo?	*What is it like?*
. . . (như) thế náo?	*What is . . . like?*
Anh thấy . . . như thế náo?	*What do you think about . . . ?*
theo anh/chị	*in your opinion*
Tôi thích . . . hơn.	*I prefer . . .*
khách sạn	*hotel*

Conversation and comprehension 2

1 06.04 **Listen to Helen and Lan.**

Helen	Chị Lan, chị có biết anh Thanh không? Anh Thanh thế náo?
Lan	Anh Thanh trẻ, cao vá thông minh.
Helen	Anh Thanh có biết tiếng Anh không?
Lan	Anh Thanh mới bắt đầu học tiếng Anh.

  a Who are they discussing?
  b What does that person look like?

2 **06.05 Peter and Thanh discuss their respective home cities, Hanoi and London.**

Thanh	Anh Peter thấy thánh phố Há Nội thế náo?
Peter	Hà Nội nhỏ nhưng đẹp.
Thanh	Còn Luân Đôn thế náo?
Peter	Luân Đôn lớn hơn Hà Nội nhưng cũng bẩn hơn. Vá trời lạnh hơn Việt Nam. Thánh phố Hồ Chí Minh vá Hà Nội, thánh phố náo lớn hơn?
Thanh	Thánh phố Hồ Chí Minh.
Peter	Anh có thích sống ở Hà Nội không?
Thanh	Có, thánh phố Hồ Chí Minh đông người nhưng Hà Nội yên tĩnh.

  a What does Peter think about Hanoi?
  b Why does Thanh enjoy living in Hanoi?

Practice

Match the adjectives with their opposites.

  a đẹp   1 chăm
  b buồn   2 dài
  c lười   3 xấu
  d già   4 khỏe
  e ngắn   5 vui
  f ốm   6 trẻ
  g nhỏ   7 bẩn
  h sạch   8 to

Learn more

HOW TO USE ADJECTIVES

There are a few important differences concerning the use of adjectives in Vietnamese which may take some time getting used to.

Vietnamese adjectives are placed AFTER the noun they describe. For example:

cô gái (girl) **trẻ** (young)	a young girl
khách sạn (hotel) **đắt** (expensive)	an expensive hotel
sinh viên (student) **chăm chỉ** (hardworking)	a hard-working student

Vietnamese adjectives can act as verbs, which means that they should be more correctly translated into English as *to be hard-working* (**chăm chỉ**), *to be young* (**trẻ**) or *to be expensive* (**đắt**). This means that there is no need to add the verb **là** (*to be*).

For example:

Chị Lan (*Miss Lan*) **trẻ** (*to be young*).	*Miss Lan is young.*

Adjectives can be negated in a regular way by using **không**. For example:

đẹp – không đẹp

khó – không khó

Tiếng Việt không khó.	*Vietnamese is not difficult.*

When you want to ask what something is or what is somebody like, you need to use (**như**) **thế nào?**:

Khách sạn này thế nào?	*What is this hotel like?*
Thành phố Đà Lạt thế nào?	*What is Đà Lạt like?*
Luật sư Huy thế nào?	*What is lawyer Huy like?*
Học tiếng Việt thế nào?	*What is learning Vietnamese like?*

1 **Read the following sentences carefully and translate them into English.**
   a Bạn tôi Lan đẹp.
   b Ông bà nội của tôi già.
   c Ở Việt Nam tháng mười nóng nhưng ở nước Anh tháng mười lạnh.
   d Người yêu của anh Peter trẻ.
   e Bố tôi ốm.
   f Bộ phim Mùi đu đủ xanh (*The Scent of Green Papaya*) có hay không?
   g Hàng ngày bạn tôi Phượng vui.

2 **How would you ask your Vietnamese friend if he finds learning English difficult or easy?**
   a Anh thấy học tiếng Anh thế nào?
   b Bao giờ anh bắt đầu học tiếng Anh?
   c Học tiếng Anh khó hay dễ?

3 **Your Vietnamese friend asks you 'Học tiếng Việt có khó không?' Is he asking:**
   a If you plan to learn Vietnamese?
   b If studying Vietnamese is hard?
   c If it is hard to find a good teacher of Vietnamese?

4 **Complete the following sentences by adding the appropriate antonym. Then translate them into English.**
   a Bà Mai không già nhưng bà cũng không _____.
   b Hà Nội không lớn nhưng cũng không _____.
   c Em trai tôi không chăm nhưng cũng không _____.
   d Xe máy của tôi không mới nhưng cũng không _____.
   e Hôm nay trời không nóng nhưng cũng không _____.

> **LANGUAGE TIP**
>
> The meaning of adjectives can be graded (intensified or reduced) by the following words.
> - **rất** very – placed BEFORE the adjective; **rất vui** very cheerful; **rất dài** very long
> - **lắm** very, very much – placed AFTER the adjective; **khó lắm** very difficult; **đắt lắm** very expensive
> - **quá** too much – can be placed both BEFORE or AFTER the adjective although the meanings may be different depending on the position relative to the adjective; **đắt quá** very expensive; **quá đắt** too expensive
> - **hơi** slightly and **khá** quite – placed BEFORE the adjective.

COMPARING OBJECTS AND PEOPLE: COMPARATIVES AND SUPERLATIVES

▶ **bằng** *to be equal*

Bằng is used to say that something or somebody is equal. For example:

Bố tôi già bằng mẹ tôi.   *My father and my mother are the same age.*

▶ **hơn** *more*

Comparatives are formed by placing **hơn** (*more*) after an adjective. For example: **đẹp hơn** (*more beautiful*); **già hơn** (*older*); **đắt hơn** (*more expensive*); **nhanh hơn** (*faster*)

Máy bay nhanh hơn tàu hỏa.
A plane is faster than a train.
Học tiếng Việt khó hơn học tiếng Anh.
Learning Vietnamese is more difficult than learning English.
Hà Nội lớn hơn Huế.
Hanoi is bigger than Huế.

▶ **nhất** *the most*

Superlatives are created by using **nhất** (*the most*). For example: **trẻ nhất** (*the youngest*); **dài nhất** (*the longest*); **chậm nhất** (*the slowest*).

Thành phố Hồ Chí Minh lớn nhất ở Việt Nam.
Ho Chi Minh is the biggest city in Vietnam
Thành phố nào lớn nhất ở nước Anh?
Which city is the biggest in England?

5 Your colleague asks you, 'Buổi sáng bạn thích uống cà phê hay trà hơn?' Is he asking you . . .

    a . . . if you bought coffee and tea?
    b . . . if you already had some coffee or tea today?
    c . . . if you prefer coffee or tea in the morning?

6 Your friend asks, 'Thành phố nào lớn nhất ở nước Anh?' What does he want to know?

    a In which English town do you live?
    b Whether you enjoy living in a big town?
    c Which is the largest town in England?

7 Your friend asks, 'Ai là người trẻ nhất trong gia đình của anh?' Is he asking . . .

    a . . . if you are the youngest person in your family?
    b . . . who is the youngest person in your family?
    c . . . if your younger sibling is still living with the family?

Conversation and comprehension 3

1 06.06 **Listen to the following conversation.**

Jane	Chị Lan, đi xe ôm có đắt không?
Lan	Không, đi xe ôm rẻ nhưng thuê xe máy khá đắt.
Jane	Đi xe ôm và đi xe buýt, cái nào rẻ hơn?
Lan	Theo tôi, đi xe buýt rẻ hơn.
Jane	Đi xe ôm chậm hơn đi xe buýt, phải không?
Lan	Không, đi xe ôm nhanh hơn.

  a Is it quicker to use an xe ôm or a bus?
  b Which is cheaper?

2 Read the following questions out loud, paying attention to your pronunciation. Then translate the questions into English.
  a Phim này có vui không?
  b Ông Hùng có giàu không?
  c Nhà anh có mới không?
  d Cô Lan có đẹp không?
  e Đà Lạt có lạnh không?
  f Anh Dũng có cao không?
  g Phố này có rộng không?
  h Từ Brighton đến London có xa không?
  i Hôm nay mẹ anh có vui không?
  j Học tiếng Việt có khó không?

3 Read the following text and answer the questions.
Antonio đã đến Hà Nội tuần trước. Anh ấy ở khách sạn Quê Hương ở trung tâm thành phố. Khách sạn này mới và đẹp nhưng khá đắt. Hàng ngày Antonio đi xe máy đến cơ quan. Ở Hà Nội đi xe máy nhanh nhất. Xe máy của anh ấy cũ. Bây giờ xe máy của Antonio đang bị hỏng.

Chủ nhật Antonio sẽ đi tham quan Huế. Huế không lớn bằng Hà Nội. Huế là một thành phố cổ và yên tĩnh.

  a Do you know the name of Antonio's hotel?
  b Is it expensive?
  c What is Antonio's motorbike like?

4 Now read the text again. Are the following statements true or false?
  a Antonio sống ở thành phố Huế.
  b Huế nhỏ hơn Hà Nội.
  c Khách sạn Quê Hương rẻ.
  d Khách sạn Quê Hương ở trung tâm thành phố Huế.
  e Chủ nhật Antonio sẽ ở nhà.

Go further

STATING YOUR PREFERENCES, LIKES AND DISLIKES

Comparatives and superlatives are useful for expressing your preferences. You are in effect saying that you like something *more* or *the most*. Be careful to remember that in these circumstances **hơn** and **nhất** are placed at the very end of a sentence:

- *I like* **tôi thích**
- *I dislike* **tôi không thích**
- *I hate* **tôi ghét**
- *I prefer* **tôi thích . . . hơn** (Note that **hơn** has to be placed at the very end of a sentence.)
- *I like… the most* **tôi thích . . . nhất** (Note that **nhất** also has to be placed at the very end of a sentence.)

Tôi thích uống cà phê hơn.   *I prefer drinking coffee.*
Tôi thích cà phê Việt Nam nhất.   *I like Vietnamese coffee the most.*
Tôi không thích trà.   *I don't like tea.*

1 Say in Vietnamese that you prefer the following.
  a getting up early
  b going to your office on foot
  c living in London
  d coffee rather than tea
  e traveling by train rather than by plane

2 Now try to say that you dislike the following.
  a getting up early
  b living in a big city
  c going to the cinema

Test yourself

1. **Write down the following sentences in Vietnamese.**
   - a My friend Mai is young and strong.
   - b London is big and noisy.
   - c Hội An is smaller than Đà Nẵng but it is more peaceful than Huế.
   - d My paternal grandmother is older than my maternal grandmother.
   - e Naresh is taller than Rakesh but he is as tall as Anandi.
   - f Going to the theater is more interesting than going to the cinema.
   - g I like drinking tea more than coffee.
   - h My mobile phone is old and broken.
   - i Maria speaks Vietnamese better than Alena.
   - j Today it is warmer than yesterday.
   - k What is your younger sister like? She is clever and hardworking.
   - l Beef noodle soup is more tasty than chicken noodle soup.
   - m The hospital is closer than the library.

2. **Translate the following into English.**
   - a Sông nào dài nhất ở Việt Nam?
   - b Thành phố nào đẹp nhất ở Việt Nam?
   - c Đường phố Sài Gòn rộng hơn đường phố Hà Nội.
   - d Anh tôi cao bằng chị tôi.
   - e Bạn tôi già hơn tôi.
   - f Đi máy bay nhanh hơn đi tàu hỏa.

SELF CHECK

I CAN...
...describe people, objects and places using a range of adjectives.
...ask what something or somebody is like.
...state my likes, dislikes and preferences.

In this unit you will learn how to:
» ask for something in a shop, ask for different sizes and check the price.
» talk about colors.
» describe what people are wearing.
» use classifiers and demonstrative pronouns.
» create plurals.

Cái này giá bao nhiêu?

My progress tracker

DAY / DATE	🎧	🎤	📖	✏️	💬
	O	O	O	O	O
	O	O	O	O	O
	O	O	O	O	O
	O	O	O	O	O
	O	O	O	O	O

Let's go shopping

Markets (**chợ**) remain a popular shopping place for the majority of Vietnamese people. A daily trip to the local market to buy fresh produce has been a regular practice for thousands of years. Markets also provide an important place for social interaction.

While people in urban areas nowadays have more choices through the arrival of **siêu thị** (*supermarkets*), **cửa hàng bách hoá** (*department stores*) and **trung tâm thương mại** (*shopping malls*), in rural areas markets often remain the only place to buy daily supplies. Markets are traditionally found in easily accessed areas with easy access such as town gates, busy crossroads, city centers, or riverbanks.

Wandering through a market and watching the abundant selection of fresh fish and meat, exotic animals, tropical fruit and vegetables, unusual spices and condiments provide a fascinating insight into Vietnamese culture.

In the ancient center of Hanoi there is a network of streets, each specializing in a particular type of goods and produce. These 36 guild streets together resemble a large market space. Their names serve as a reminder of the traditional goods once sold there. The names of the street all start with the word **hàng** (*goods*), for example, **Hàng Bạc** (*Silversmith Street*), **Hàng Bô** (*Basketware Street*), **Hàng Đào** (*Silk Street*), **Hàng Thiếc** (*Tin Street*) and others.

What are the names of the largest markets in Hanoi, Huế and Ho Chi Minh City?

What type of merchandise would have been traditionally sold at the **Hàng Đường** and **Hàng Vải** streets in Hanoi?

Vocabulary builder

CÁI NÀY GIÁ BAO NHIÊU? *HOW MUCH IS THIS?*

07.01 Read the following words and phrases. Then listen to the audio and try to imitate the pronunciation.

X giá bao nhiêu?	*How much is X?*
X bao nhiêu tiền?	*How much is X?*
Bao nhiêu tiền tất cả?	*How much is it altogether?*
Chị muốn mua gì?	*What do you want to buy?*
Tôi muốn mua . . .	*I want to buy . . .*
tiền	*money*
giá	*price*

How would you ask the price of the following?

a một bát phở (*a bowl of noodle soup*)
b một quyển từ điển Việt-Anh (*a Vietnamese–English dictionary*)
c một nải chuối (*a bunch of bananas*)
d đi xe ôm đến trung tâm thành phố (*a motorbike taxi to the city center*)

New expressions

MUA BÁN *SHOPPING*

mua	*buy*
bán	*sell*
mua bán	*to shop*
số	*size*
Anh mặc số bao nhiêu?	*What size do you wear? What size are you?*
thử	*to try*
mặc thử	*try on* (lit. *try wearing it*)
Có được không?	*Is it possible? Is it all right?*
Cái này tiếng Việt gọi là gì?	*What is this called in Vietnamese?*
mặc cả	*to haggle the price*
vừa	*to fit, to be the right size*
thuận tiện	*convenient*

MÀU *COLOR*

màu trắng	*white*	màu vàng	*yellow*
màu đen	*black*	màu xanh	*green* or *blue*
màu đỏ	*red*	màu xanh lá cây	*green (the color of leaves)*
màu nâu	*brown*	màu xanh nước biển	*blue (the color of the sea)*

BUYING CLOTHES

áo	*dress or any garment worn on the top part of the body*		quần	*trousers*
			áo quần	*clothes*
áo sơ mi	*shirt*		giày	*shoes*
áo len	*sweater*		dép	*sandals*
áo khoác	*coat, jacket*		mũ	*hat*
áo mưa	*raincoat*		găng tay	*gloves*
áo dài	*traditional Vietnamese garment and national symbol*		bít tất	*socks*

BUYING FRUIT AND VEGETABLES

cam	*orange*		dứa	*pineapple*
xoài	*mango*		dưa	*melon*
đu đủ	*papaya*		cà chua	*tomato*
táo	*apple*		khoai tây	*potatoes*
chanh	*lemon*		giá	*bean sprout*
chôm chôm	*rambutan*		rau muống	*morning glory*
chuối	*banana*		măng	*bamboo shoot*
nho	*grapes*		cà rốt	*carrot*
dừa	*coconut*		mớ	*a bunch*

BUYING SOUVENIRS

tranh sơn mài	*lacquer painting*	khăn thêu tay	*hand-embroidered scarf*
tranh lụa	*painting on silk*		
khăn trải bàn	*table cloth*	khay khảm xà cừ	*a mother-of-pearl inlay tray*
bức tượng gỗ	*wooden statue*		
áo dài lụa	*traditional silk tunic*	nón lá Việt Nam	*traditional conical hat*

Conversation and comprehension

1 07.02 **Listen to the following conversation in a shop. Can you guess the meaning of vừa?**

> A   Xin chào anh. Anh cần gì ạ?
> B   Tôi muốn mua một chiếc áo sơ mi.
> A   Anh thích màu gì?
> B   Màu xanh biển.
> A   Mấy chiếc này rất đẹp. Anh mặc số bao nhiêu?
> B   Số 42. Tôi mặc thử có được không?
> A   Được, xin mời anh.
> B   Chiếc áo sơ mi này nhỏ, không vừa với tôi.
> A   Đây là số lớn hơn.
> B   Chiếc áo sơ mi này rất vừa. Nó giá bao nhiêu?
> A   Hai trăm nghìn đồng.

2 **Read the conversation again and decide if the following statements are correct or incorrect.**
   a Anh muốn mua hai chiếc áo sơ mi.
   b Anh mặc số 42.
   c Anh không thích màu xanh biển.
   d Anh không được mặc thử áo sơ mi.
   e Áo sơ mi giá hai nghìn đồng.

3 **You are buying a new dress and the shop assistant asks you, 'Chị thích màu gì?' What do they want to know?**
   a If you like the color they showed you?
   b If you want a different color?
   c Which color you like?

7 Cái này giá bao nhiêu?

4 Match the Vietnamese to the English.

a Tôi muốn mua. . . 1 What color do you like?
b Tôi mặc thử có được không? 2 What size are you?
c Anh mặc số bao nhiêu? 3 Can I try it on?
d Anh thích màu gì? 4 I want to buy. . .

5 07.03 Read the following conversation. Then listen to the audio and try to imitate the pronunciation. Can you identify at least one of the phrases used to enquire about the price?

A	Chào chị, chị muốn mua gì?
B	Chào bà, tôi muốn mua cam và đu đủ. Bao nhiêu tiền một quả đu đủ?
A	Ba nghìn đồng.
B	Và một cân cam giá bao nhiêu?
A	Hai nghìn đồng.

Learn more

CLASSIFIERS

Classifiers are grammatical items used in Vietnamese to place nouns into their correct categories. Nouns in Vietnamese can be used either with or without classifiers according to the following rules:

▶ If you are making a statement which refers to a specific object, person, animal or activity, then you must use a classifier. If the reference is general, the classifier is omitted. For example:

Con chó của tôi nhỏ. *My dog is small.* (The reference here is specific, you are referring to a specific dog, i.e. your dog and therefore a classifier must be used.)

Tôi thích chó. *I like dogs.* (The reference here is general. You are not referring to any dog in particular but to dogs as a species and therefore, there is no classifier.)

▶ Classifiers are always placed immediately before the noun they classify. No other word can be placed in between a classifier and the noun to which it is linked.

cái nhà	*a house*
con mèo	*a cat*
bức tranh	*a picture*
cuộc họp	*a meeting*

▶ When a statement refers to a certain number of objects or people then a classifier is normally used:

ba con chó	*three dogs*
hai quyển sách	*two books*

▶ Classifiers can be omitted when it is already clear from the context that the reference is specific.

▶ Classifiers can also be used on their own without the noun to which it relates, if it is clear from the context what object, person or activity is being referred to.

CATEGORIES

Classifiers indicate the category to which a noun belongs. In addition to a 'general' classifier **cái**, there is an extensive list of special classifiers, the most common of which are listed below. Most Vietnamese dictionaries usually include the appropriate classifier(s) for each noun listed.

▶ **Cái** (general classifier, used for inanimate objects): **cái bàn** (*table*), **cái nhà** (*house*).
▶ **Người** (classifier for people): **người nước ngoài** (*foreigner*), **người đánh cá** (*fisherman*).
▶ **Con** (classifier for animals): **con chó** (*dog*), **con mèo** (*cat*) and also for some inanimate objects **con sông** (*river*), **con mắt** (*eye*).
▶ Special classifiers
  ▷ **Bức** (flat, rectangular objects): **bức tranh** (*picture*), **bức ảnh** (*photograph*).
  ▷ **Chiếc** used when referring to one of a pair: **chiếc đũa** (*one chopstick*), **chiếc giày** (*one shoe*) and for manufatured items: **chiếc đồng hồ** (*watch*).
  ▷ **Đôi** (*a pair*): **đôi giày** (*a pair of shoes*), **đôi đũa** (*a pair of chopsticks*).
  ▷ **Tờ** (*a sheet*): **tờ báo** (*a newspaper*), **tờ giấy** (*a sheet of paper*).

- ▷ **Quyển/cuốn** (*volume*): **quyển sách** (*a book*), **quyển từ điển** (*a dictionary*), **cuốn sách** (*a book*).
- ▷ **Quả** – in the south of Vietnam replaced by **trái** (*fruit*, round object): **quả chuối** (*a banana*), **quả đất** (*the Earth*).
- ▷ **Bộ** (*set*): **bộ bàn ghế** (*a set of tables and chairs*), **bộ ấm chén** (*a tea set*).
- ▷ **Cuộc** (process, activity, also used with games): **cuộc chiến tranh** (*war*), **cuộc đời** (*life*).
- ▷ **Bài** (*text*): **bài báo** (*a newspaper article*), **bài hát** (*a song*).
- ▶ Many other words can fulfill the role of a classifier: human reference terms/kinship terms (**anh**, **chị em**, **ông**, **bà**, **con**), units of time (**bữa**, **giờ**, **phút**, **ngày**, **tháng**), units of quantity and value (**đồng**, **số**, **giá**), containers (**chai** *bottle*, **bát** *bowl*, **đĩa** *plate*, **cốc** *glass*), units of language (**tiếng**, **câu**, **lời**) etc.

PLURAL MARKERS: CÁC, NHỮNG

Các or **những** are used to form the plural in Vietnamese. They are positioned before the relevant noun (and its classifier, if used). For example:

các	sinh viên	*students*
những	con chó	*dogs*

Các is used when referring to all of a given set (**các bạn tôi** *my friends*, i.e. all of my friends) and **những** refers to some or several of a given set (**những bạn tôi** *some of my friends*). In addition to these other expressions can fulfill the same role, for example numerals, including words of quantity such as **nhiều** (*many*), **mọi** (*every*), **mỗi** (*each*), **từng** (*each*).

DEMONSTRATIVES: NÀY (*THIS*), ẤY (*THAT*), KIA (*THAT ONE OVER THERE*)

These demonstratives are placed after the noun:

con chó này	*this dog*
chiếc xe máy ấy	*that motorbike*
cái nhà kia	*that house over there*

If the noun is already specified by an adjective, the demonstrative comes after the adjective:

con chó nhỏ này   *this small dog*
cái nhà mới ấy   *that new house*
ngôi nhà cao kia   *that tall building over there*

Make sure you understand the difference between **con chó nhỏ này** (a nominal phrase meaning *this small dog*) and **con chó này nhỏ** (a sentence meaning *this dog is small*).

▶ Word order of a nominal phrase – we have now learned several grammatical words that relate to a noun. It is now important to remember how they relate to each other and where they are placed. The correct word order of a nominal phrase is as illustrated.

Number or plural marker	classifier	Noun	Adjective	Demonstrative	
hai	con	chó	nhỏ	này	these two small dogs
những	quả	cam		này	these oranges
ba	quyển	sách	hay		three interesting books
hai	đôi	đũa			two pairs of chopsticks
	chiếc	tủ lạnh	mới	này	this new fridge

Practice

 1 Ask what price per unit the following items are.

a bia Halida/một chai
b cà phê/một tách
c đũa/mười đôi
d xoài/một quả
e chanh/một ki lô
f từ điển Việt-Anh/một quyển
g xe máy/một chiếc
h giày/một đôi
i gà/một con

2 Fill in the missing classifiers.

a Tôi có một _____ chó và một _____ mèo.
b _____ áo dài của chị Lan đẹp lắm.
c _____ sách này rất hay.
d _____ xoài này tươi.
e _____ xe máy ấy đắt quá.
f Nhà báo Dũng viết hai _____ báo.
g _____ tranh này mới.
h Anh Hùng định mua _____ xe đạp mới.
i _____ chó của chị Lan màu nâu.
j _____ nhà của bác sĩ Dũng ở trung tâm thành phố.
k Mẹ tôi mua một _____ giày màu đỏ.
l Em muốn mua mấy _____ đũa?
m Bà cho tôi bán hai _____ đu đủ.

3 How would you ask, 'What is the price of a pair of chopsticks?'
a Một chiếc đũa giá bao nhiêu?
b Một đôi đũa giá bao nhiêu?
c Bao nhiêu tiền một chiếc đũa?

4 A customer asks a sales assistant, 'Chị cho tôi xem cái áo màu đỏ kia?' What is he asking?

a the price of a red dress
b if he could have a look at the red dress on display
c if they have the dress on display in red

5 Which of the following questions would you use if you wanted to check if you can try on a pair of shoes?
a Đôi giày này có đắt không?
b Đôi giày này giá bao nhiêu?
c Tôi đi thử giày này có được không?

6 How would you ask the sales assistant if you can try on a shirt?
a Chiếc áo sơ mi này giá bao nhiêu?
b Chiếc áo sơ mi có tốt không?
c Tôi mặc thử chiếc áo sơ mi này có được không?

7 Your Vietnamese friend loves shopping at the market and explains it's because, 'Hoa quả ở chợ rất tươi và rẻ.' What is the reason?
a Everything is cheap.
b The fruit and vegetables are fresh and cheap.
c The flowers are cheaper at the market than anywhere else.

Listening and reading

1 07.04 Listen to the following conversation. Is Helen buying just vegetables or anything else?

Người bán	Chị muốn mua rau gì?
Helen	Cho tôi ba mớ rau muống.
Người bán	Gì nữa không?
Helen	Quả này tiếng Việt gọi là gì?
Người bán	Quả đu đủ.
Helen	Xin cho tôi hai quả. Bao nhiêu tiền tất cả?
Người bán	Bốn mươi nghìn.

2 07.05 In the following conversation what is Mary buying?

Mary	Tôi muốn mua mấy cái khăn trải bàn.
	Xin mời chị, đây là khăn trải bàn thêu tay còn đây là khăn trải bàn lụa.
Mary	Đẹp quá, tôi sẽ mua loại thêu tay. Giá bao nhiêu?

3 07.06 What does Peter want to buy? Do they have his preferred color?

Người bán	Chào anh, anh mua gì?
Peter	Tôi muốn mua áo len.
Người bán	Anh thích màu gì?
Peter	Có màu nâu không?
Người bán	Xin lỗi, màu này vừa bán hết.
Peter	Thế còn màu đen không?
Người bán	Màu đen ở đây.

4 Read the following text and answer the questions.

Người Việt Nam thích mua bán ở chợ. Mua bán ở chợ rất thuận tiện. Hàng buổi sáng mẹ tôi ra chợ Đồng Xuân. Chợ Đồng Xuân là chợ lớn nhất ở Hà Nội. Mẹ tôi thường mua hoa quả, rau và thịt. Ở chợ Đồng Xuân rau quả rẻ và tươi.

Bạn tôi Lan không thích mua bán ở chợ. Chị ấy thích mua bán ở siêu thị hơn. Trong siêu thị mọi mặt hàng đều được ghi giá sẵn và không cần mặc cả. Con gái tôi, Phương, thích mua bán trên web. Phương thường vào mạng vì ít thời gian đi đến cửa hàng. Theo Phương thì mua hàng qua mạng rất dễ, nhanh và rẻ hơn.

   a Is shopping at the market popular in Vietnam?
   b What is the name of the largest market in Hanoi?
   c Are fruit and vegetables expensive at the market?
   d Why does Lan prefer shopping at the supermarket?
   e Why does Phương like shopping online?

Go further

TO WEAR

Vietnamese uses several words to express the meaning of *to wear* depending on what item of clothing you are wearing.

mặc áo	*wear (clothes)*
đeo (kính, kính râm, đồng hồ, vòng, nhẫn, hoa tai)	*to wear (glasses, sunglasses, wristwatch, necklace, ring, earrings)*
đi (giày, dép)	*to wear (shoes, sandals)*
đội (mũ, nón)	*to wear (hat)*

Identify which verbs for *to wear* are used in the following sentences. Translate the sentences into English.

   a Anh Nam đi giày da.
   b Hôm nay chị Liên mặc một cái áo màu vàng.
   c Cô ấy đang đeo chiếc nhẫn cưới mới rất đẹp.
   d Hôm nay chị Lan mặc áo đẹp.
   e Tôi mặc áo ấm vào mùa đông nhưng tôi không thích đội mũ.
   f Bố tôi phải đeo kính râm khi lái xe.
   g Con gái tôi thích mặc quần jean.
   h Anh ấy thường không đi dép trong nhà.
   i Ben phải mua một đôi giày thể thao mới.

Test yourself

1 Translate the following into Vietnamese.
   a Yesterday, Helen bought ten pairs of chopsticks.
   b My mother went to the market and bought two kilograms of oranges and one kilogram of lemons.
   c Please may I have a cup of black iced coffee?
   d I need to buy a new shirt.
   e I prefer shopping at the supermarket, but my friend prefers shopping at the market.
   f Last week Khalid bought a new Vietnamese–English dictionary. It cost 350 000 *dong*.
   g How much does it cost to rent a motorbike in Hội An?
   h I want to buy a new mobile phone for my brother.
   i This dress does not fit me.

2 Ask the price of the following items.
   a a bottle of beer
   b a bowl of Vietnamese noodle soup
   c a glass of orange juice
   d a pair of shoes
   e a kilogram of grapes
   f a bunch of bananas
   g a silk tablecloth

SELF CHECK

I CAN...
...talk to shopkeepers and buy various items.
...ask for different sizes and colors.
...say what people are wearing.
...use Vietnamese classifiers, plural markers and demonstratives.

R2 Review

1 Translate the following sentences into English.

a Nhà ga có xa không? Xa lắm!
b Bà tôi già nhưng khỏe.
c Phim này có vui không?
d Khách sạn này có wifi nhanh không?
e Đi máy bay nhanh nhưng đắt.
f Cô Keya có đói không?
g Thuê nhà ở Mỹ Tho có đắt không?
h Sông nào dài nhất ở Việt Nam?
i Tôi trẻ nhất trong gia đình tôi.
j Anh tôi cao bằng chị tôi.
k Em gái tôi thích nghe nhạc hơn đọc sách.
l Cà phê Buôn Ma Thuột thế nào? Cà phê Buôn Ma Thuột ngon và rẻ.
m Anh ấy chạy nhanh hơn tôi.
n Ông Gates có giàu không?
o Chiếc xe đạp của chị thế nào? Chiếc xe đạp của tôi cũ.
p Hôm nay trời ấm hơn hôm qua.
q Bố tôi là một nhà báo nổi tiếng.

2 True or false?

a Hà Nội lớn hơn Huế.
b Đi máy bay nhanh hơn đi tàu hỏa.
c Thành phố Hồ Chí Minh lớn nhất ở Việt Nam.
d Sông Nile dài hơn sông Amazon.
e Sông Cửu Long dài nhất ở Đông Nam Á.
f Đường phố Sài Gòn rộng hơn đường phố Hà Nội.

3 Ask your Vietnamese colleague Phong . . .

   a . . . when will he go to Paris?
   b . . . when did he visit Thailand?
   c . . . why he did not phone you yesterday?
   d . . . when will he go to the hospital to visit a friend?
   e . . . how far is it from Hanoi to Huế?
   f . . . how long does it take him to get from his home to his office by motorbike taxi?

4 How would you say the following in Vietnamese?

   a Next week I will travel to Hội An to visit my grandparents.
   b Last year my brother started learning French.
   c On Saturday I went to see a new Vietnamese film.
   d In the morning I got up late.
   e In the evening I like to read a book.
   f Is London big?
   g Is the Hilton Hotel expensive?
   h This hospital is very good.
   i My mom is older than my dad.
   j Hanoi is small but very beautiful and quiet.
   k China is bigger than Vietnam.
   l The Vietnamese language is very difficult.
   m Cars are faster than motorbikes.
   n Reading books is more interesting than watching TV.

5 What would you say to a passerby to find out how far the nearest bank is?

   a Anh làm ơn chỉ giúp tôi đường đi đến ngân hàng gần nhất.
   b Từ đây đến ngân hàng gần nhất bao xa?
   c Từ đây đến ngân hàng gần nhất mất bao lâu?

6 Your friend says, 'Anh đi nước Lào bằng máy bay của hãng nào?' What is he asking?

   a How you traveled to Laos?
   b If you went to Laos by plane?
   c With which airline did you fly to Laos?

7 How would you ask a taxi driver how long it will take to get to the railway station?

   a Từ đây đến nhà ga có xa không?
   b Anh làm ơn cho tôi hỏi nhà ga ở đâu?
   c Đi nhà ga mất bao lâu?

8 You tell your friend that you are thinking of buying a new motorbike, possibly a Japanese one. He reacts by saying, 'Xe máy Nhật tốt nhất nhưng cũng đắt nhất.' What is his opinion of Japanese motorbikes?

   a He likes Japanese motorbikes but they tend to be very expensive.
   b He thinks that Japanese motorbikes are the best but also the most expensive.
   c He thinks that despite being quite expensive Japanese motorbikes are not very good.

9 Complete the following sentences by adding the appropriate antonym.

   a Ông Phê không già nhưng cũng không _____.
   b Nhà của chị Ngọc không to nhưng cũng không _____.
   c Huế không lớn nhưng cũng không _____.
   d Em gái tôi không chăm nhưng cũng không _____.
   e Xe máy này không đắt nhưng cũng không _____.
   f Bệnh viện Bạch Mai không cũ nhưng cũng không _____.

10 Say that you prefer the following:

   a to travel by plane rather than by train
   b to get up early on Sundays
   c to go to the cinema with friends rather than watch television at home
   d tea rather than coffee

11 Give the following sentences in English.
  a Xin mời chị vào và uống cà phê.
  b Em dậy đi.
  c Anh hãy về nhà sớm.
  d Chị đừng đi Huế bằng xe máy. Đi bằng xe lửa đi.
  e Chúng ta đi chơi đi.
  f Anh Minh, đừng đến muộn.
  g Anh đừng lo!
  h Chị Hương làm ơn giúp tôi.
  i Anh Tuấn, đừng hút thuốc lá ở đây.

12 Read the query from an online forum and find answers to the questions.

> Từ Hà Nội lên Sapa đi bằng phương tiện gì?
>
> – Xin chào. Tôi là Liên, tôi định đi lên Sapa chơi nhưng tôi chưa rõ lên Sapa thì có những phương tiện nào đi và cách đi như thế nào? Giá vé khoảng bao nhiêu? Xin cảm ơn!
> – Xin chào bạn Liên. Từ Hà Nội đến Sapa khoảng 380 km. Lên Sapa có 2 phương tiện là đi tàu và đi ô tô. Nếu đi tàu thì bạn sẽ đi từ ga Hà Nội đến ga Lào Cai. Từ ga Lào Cai đến Sapa bạn nên đi xe buýt và giá vé là 50 000 VNĐ/một người, bạn sẽ phải đi mất khoảng 40km.
>
> Giá vé tàu thì khoảng 500 000 VNĐ/người. Và thời gian tàu chạy từ ga Hà Nội lên ga Lào Cai sẽ mất khoảng hơn 10 giờ.

  a Where does Liên want to go?
  b Is it possible to go by train?
  c How much is the train ticket?
  d Where does the train from Hanoi terminate?
  e How long is the journey between Hanoi and Sa Pa?

8

In this unit you will learn how to:
» order a meal in a restaurant.
» discuss spare time activities.
» ask why? and provide reasons.
» ask if someone has done something yet.

Cuối tuần bạn thích làm gì?

Food

Rice is the staple food of the Vietnamese people, and the language is rich in expressions describing the various stages in growing, harvesting and preparing rice. **Mạ** refers to *a rice seedling*; **lúa** indicates *the rice plant growing in the field*; **thóc** is *harvested unhusked rice*; **gạo** means *husked rice* and **cơm** refers to *cooked rice*. The two main types of rice are **lúa tẻ** (*ordinary, non-sticky rice*) and **lúa nếp** (*glutinous, sticky rice*).

Being a country strongly influenced by Buddhism, Vietnam has a long tradition of *vegetarianism* (**ăn chay**). The vegetarian cuisine of Huế, the traditional center of Buddhism in Vietnam, is particularly renowned.

A Vietnamese meal is not complete without **nước mắm** *fish sauce*; combined with garlic, chillies, sugar and lime juice it forms **nước chấm**, a versatile dipping sauce that can accompany almost any Vietnamese dish.

Coffee was popularized in Vietnam by the French, who established coffee plantations. Vietnam is now the world's second largest exporter of coffee. When ordering coffee in Vietnam you have many options: **cà phê đen** nóng (**cà phê bột**, black coffee usually prepared using a drip filter called **phin**), **cà phê đen đá** (black iced coffee), **cà phê sữa** (**cà phê nâu**, white coffee with condensed milk), **cà phê trứng** (coffee made with eggs). You can also try **cà phê cứt chồn** (weasel coffee).

Why is the vegetarian cuisine of **Huế** particularly renowned?
What is **cơm bụi**?

Vocabulary builder

08.01 Read the following the words and phrases. Then listen to the audio and try to imitate the pronunciation.

đói	to be hungry
khát	to be thirsty
Anh thích ăn gì?	What do you want to eat?
Bà uống gì?	What do you want to drink?
Xin lỗi, anh dùng gì ạ?	Excuse me, what do you want (to eat)?
Chị dùng đá không?	Do you want ice?
người phục vụ	server
môn (thể thảo)	classifier for types of sport
bóng đá	football/soccer
bóng bàn	table tennis
viện bảo tàng lịch sử	history museum
công viên	park

Conversation and comprehension 1

1 08.02 Peter and Hoa stop for a drink in a roadside café. Listen to them ordering their drinks.

Peter	Tôi khát quá, xin cho tôi một chai bia lạnh.
Người phục vụ	Còn chị, chị uống gì?
Hoa	Xin một cốc nước chanh.
Người phục vụ	Chị dùng đá không?
Hoa	Ít thôi, cám ơn.

  a What is the Vietnamese for *being thirsty*?
  b What is Hoa drinking?
  c Does she want ice?
  d Is anybody ordering a beer?

2 08.03 Peter and Nam discuss sport.

Nam	Anh Peter có thích chơi thể thao không?
Peter	Rất thích.
Nam	Anh thích môn thể thao nào?
Peter	Tôi thích bóng đá và bóng bàn. Thỉnh thoảng tôi cũng chơi tennis.
Nam	Sáng mai chúng ta đi chơi tennis đi.

a What sport does Peter enjoy playing?
b Can you identify the verb *to play*?
c What other sports are mentioned in the dialogue?
d **Bóng đá** and **bóng bàn** are Vietnamese words for two different types of sport. Can you guess the meaning of **bóng** which appears in both words?

3 Hoa emails Barbara to ask if she wants to go out. Where are they planning to go?

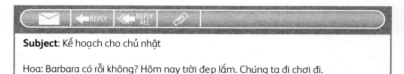

Subject: Kế hoạch cho chủ nhật

Hoa: Barbara có rỗi không? Hôm nay trời đẹp lắm. Chúng ta đi chơi đi.
Barbara: Ồ tuyệt quá, cám ơn chị. Chị muốn đi đâu?
Hoa: Chúng ta có thể đi dạo ở công viên hay đến thăm viện bảo tàng lịch sử.
Barbara: Tôi chưa bao giờ thăm viện bảo tàng lịch sử. Chúng ta đi thăm đi.

New expressions

hiệu ăn	*restaurant*
món ăn	*dish, course*
đặc sản	*specialty, special produce, special dishes*
ngon	*tasty*
ngon tuyệt	*delicious*
thực đơn	*menu*
gọi món ăn	*ordering food*
Các anh gọi món gì ạ?	*What are you going to order?*
Cho tôi xem thực đơn được không?	*Can I see the menu?*

Tôi là người ăn chay/ăn thuần chay.	I am a vegetarian/vegan.
Đây có phải là món chay không?	Is this a vegetarian dish?
... có chứa gluten/đường/sữa không?	Does this contain gluten/sugar/milk?
Tôi dị ứng với...	I am allergic to ...

TASTE

cay	to be spicy
chua	to be sour
đắng	to be bitter
mặn	to be salty
ngọt	to be sweet
nhạt	to be bland, tasteless
chín	to be cooked, ripe
cơm bụi/cơm bình dân	street food (lit. 'dusty' / 'popular' food)

SOME TYPICAL VIETNAMESE DISHES

bánh cuốn	stuffed pancake
bánh xèo	a crispy pancake with pork, shrimp, bean sprouts and fresh herbs
chả cá	grilled fish
canh chua	sweet and sour broth
phở bò	rice noodle soup with beef
phở gà	rice noodle soup with chicken
nem rán	fried spring rolls (also known as **chả giò**)
rau muống	morning glory, a type of green vegetable
gỏi cuốn	unfried spring rolls (usually served at room temperature)
cơm chiên	fried rice
nước mắm	fish sauce

ENTERTAINMENT

rạp chiếu bóng	cinema
cuộc biểu diễn	performance

Conversation and comprehension 2

1 08.04 **Peter and Nam have decided to have dinner in a restaurant.**

Người phục vụ	Xin chào, mời các anh vào. Đây là thực đơn. Các anh ăn gì?
Nam	Hôm nay hiệu ăn có món gì đặc biệt không?
Người phục vụ	Hôm nay món gỏi cuốn rất ngon.
Nam	Anh Peter, anh ăn bánh cuốn bao giờ chưa?
Peter	Chưa. Tôi thích ăn phở bò nhưng tôi chưa ăn bánh cuốn.
Nam	Thế thì một bát phở bò và bánh cuốn cho Peter. Tôi thích ăn món nem rán và gỏi cuốn.

    a Does anybody order chicken noodle soup?
    b Who loves spring rolls?

2 08.05 **Dũng and David are planning a trip to the cinema. Decide whether the statements are correct or incorrect.**

Dũng	Anh làm việc nhiều quá, anh nên nghỉ. Chúng ta đi xem phim đi.
David	Ý kiến hay đấy, anh định xem phim gì?
Dũng	Anh thích phim gì?
David	Tôi muốn xem phim Việt Nam.
Dũng	Anh đã xem phim Mùa Ổi chưa?
David	Chưa. Xem ở đâu?
Dũng	Rạp Bông Sen.
David	Rạp Bông Sen xa trung tâm.
Dũng	Thế thì chúng ta đi rạp Kim Đồng, đó là rạp mới, rộng và có chỗ để xe thuận tiện.
David	Thế mấy giờ bắt đầu biểu diễn?
Dũng	Bảy giờ.

    a David đã xem phim Mùa ổi rồi.
    b David và Dũng định đi rạp Bông Sen.
    c Rạp Bông Sen ở trung tâm thành phố.
    d Biểu diễn bắt đầu lúc chín giờ.
    e David không muốn xem phim Việt Nam.

Learn more 1

MODAL VERBS

Here is a list of the main modal verbs. They are placed before the main verb.

- **muốn** *want*

  Tôi muốn thăm Việt Nam. — *I want to visit Vietnam.*

  Chị Hoa muốn học tiếng Anh. — *Hoa wants to learn English.*

- **nên** *ought to, should*

  Anh nên đi ngủ sớm. — *You should go to sleep early.*

  Chị nên ăn nhiều rau. — *You should eat a lot of vegetables.*

- **phải** *must*

  Tôi phải đi nhà ga gặp bạn. — *I must go to the railway station to meet a friend.*

- **Cần** *need*

  Tôi cần mua rau quả tươi. — *I need to buy some fresh fruit and vegetables.*

- **Có thể + verb/ verb + được** — *can, be able to*

  Anh ấy có thể nói tiếng Pháp — *He can speak French.*

  Anh ấy nói được tiếng Pháp. — *He can speak French.*

  Anh ấy có thể nói được tiếng Pháp. — *He can speak French.*

TẠI SAO? *WHY?*

To ask why? in Vietnamese you can use one of the following expressions:

Vì sao? Tại sao? Sao?

Tại sao chị buồn? — *Why are you sad?*

Tại sao anh không đến thăm tôi? — *Why did you not come to see me?*

VÌ/BỞI VÌ (*BECAUSE*) ... NÊN (*THEREFORE*)

To answer these questions and provide a reason, you can use **vì/bởi vì** (*because*) or, for more complex reasoning, a conjunction construction **vì/bởi vì** (*because*) ... **nên** (*therefore*). For example:

Cô Mai không đi thăm bạn vì cô ấy bận quá.

(Mai did not go to visit a friend because she was very busy.)

Vì hôm nay trời lạnh **nên** chúng tôi không đi chơi.

(Because the weather is cold today, we did not go for a walk.)

Match the questions on the left with their answers on the right.

a Vì sao chị muốn đi chợ?   1 Vì rất mệt.
b Tại sao em Lan khóc?   2 Vì tôi phải đi Huế công tác.
c Vì sao chị đi ngủ sớm?   3 Vì mẹ của em ốm.
d Vì sao anh đi nhà ga?   4 Vì xe máy của tôi hỏng.
e Tại sao anh đến muộn?   5 Vì tôi muốn mua hoa quả tươi.

Practice

1 Read the following sentences. Translate them into English.
   a Ngày mai tôi phải dậy sớm.
   b Anh nên ở nhà nghỉ.
   c Hôm nay tôi rỗi, tôi có thể đến thăm chị.
   d Bố tôi muốn mua một cái ô tô mới.
   e Em nên ăn nhiều hoa quả.
   f Anh phải đến cơ quan đúng giờ.

2 Fill in the gaps with appropriate modal verbs.
   a Ngày mai tôi _____ đi sân bay gặp bạn tôi.
   b Tôi mệt quá, tôi _____ nghỉ.
   c Trời mưa, anh _____ mặc áo mưa.
   d Tôi _____ tham quan Huế.
   e Peter _____ mua quyển từ điển này.

3 Answer the following questions using the expressions suggested in the brackets.
   a Chị thấy món nem rán này thế nào? (ngon tuyệt)
   b Cà phê này thế nào? (ngọt lắm)
   c Các anh thấy phở bò này thế nào? (hơi mặn)
   d Quả đu đủ này thế nào? (không tươi)
   e Món bánh cuốn này thế nào? (cay)

4 Translate the following questions into English.
   a Chào các anh, các anh dùng gì ạ?
   b Cho xin một tách cà phê đen và một tách cà phê đá.
   c Các anh chị gọi món gì ạ?
   d Cho chúng tôi hai bát phở bò và hai đĩa nem rán.
   e Anh uống gì? Nước chanh hay nước khoáng?
   f Anh ăn cơm hay ăn phở?
   g Ông ăn phở bò hay phở gà?

h Các chị uống gì? Cà phê hay trà?
i Anh uống bia hay nước quả?
j Ông uống cà phê đen hay cà phê sữa?
k Các anh uống trà với đường hay không đường?
l Bà uống nước cam hay nước chanh?

Learn more 2

ĐÃ ... CHƯA? *HAVE YOU DONE SOMETHING YET?*

In previous units you have learnt how to ask questions in Vietnamese. In this unit you will learn another type of question which contains the construction (**đã**) ... **chưa?** This type of question means *Have you done something yet?* For example:

Chị đã tốt nghiệp đại học chưa?
(Have you graduated from university yet?)

Chị đã ăn phở Việt Nam bao giờ chưa?
Have you ever eaten Vietnamese noodle soup?

The correct way to answer this type of question is as follows:

▶ Negative answer: **Chưa** *(not yet)*, **tôi chưa ăn phở Việt Nam.**
▶ Positive answer: **Rồi** *(already)*, **tôi đã ăn phở Việt Nam rồi.**

1 Can you understand the following questions?

a Chị đã ăn cơm Việt Nam bao giờ chưa?
b Anh đã thăm nước Anh chưa?
c Ông đã gặp bà Liên bao giờ chưa?
d Các anh đã xem phim Việt Nam chưa?
e Anh đã lấy vợ chưa?
f Chị đã đi Đà Nẵng bao giờ chưa?
g Chị đã mặc áo dài bao giờ chưa?
h Chị đã uống nước mía chưa?
i Anh đọc báo hôm nay chưa?
j Hôm nay bà ăn sáng chưa?
k Cô Josephine, cô đã đọc Truyện Kiều chưa?
l Anh Dominic, anh đã xem múa rối nước Việt Nam bao giờ chưa?

2 Read the following text and try to understand what each person enjoys doing during the weekend. Then answer the questions.

Cuối tuần bạn thích làm gì?

Nam	Tôi thích dành ngày cuối tuần để đi mua bán, ăn trưa với bạn, đi xem phim hoặc nghe nhạc.
Lan	Đọc một cuốn sách hoặc xem phim cùng người thân.
Anh Dũng	Hát karaoke. Tôi thích hát những bài hát yêu thích của tôi cùng với những người bạn tốt, gọi thức ăn, nước giải khát và vui chơi.
Bà Mai	Nấu những món ăn đơn giản nhưng ngon. Tôi cũng thử làm một món ăn mới và mời bạn bè đến thưởng thức.
Ông Trí	Dành thời gian cho gia đình và bạn bè.
Anh Hùng	Tập thể dục, chơi thể thao.
Chị Phượng	Cuối tuần, vợ chồng chị phải dành ngày thứ bảy để về thăm hai bên nội ngoại.
Chị Helen	Đi thăm quan tại Hà Nội
Chị Bình	Đi xem hát
Em Linh	Tôi còn độc thân. Với những người còn độc thân thì cuối tuần thường là những ngày buồn chán. Tôi thường ở nhà xem ti vi hay ngủ mãi.

a Who likes reading books?
b Does Mai enjoy cooking?
c Who enjoys playing sports?
d Who usually visits their relatives on the weekend?
e Does anybody like going to the theater?
f Why is Linh often at home?

Test yourself

1 Translate the following sentences.
a Vì tôi không có tiền nên tôi không đi xem hát.
b Tôi đi chợ vì tôi muốn ăn thử nhiều loại hoa quả.
c Tôi đến chậm nên tôi không gặp được cô ấy.
d Vì xe máy của tôi hỏng nên tôi không đến được.
e Vì sao anh không ăn sáng?
f Tại sao anh buồn?

2 In a restaurant you want to ask if they have any specials. What should you say?

    a Cho tôi xem thực đơn được không?
    b Xin lỗi, anh dùng gì ạ?
    c Hôm nay hiệu ăn có món gì đặc biệt không?

3 Your friend remarks, 'Món nem rán này ngon tuyệt nhưng hơi lạnh'. What is she saying?

    a He should have ordered spring rolls.
    b He does not like spring rolls.
    c The spring rolls are delicious but slightly cold.

4 Your colleague says, 'Tôi chưa bao giờ ăn phở gà'. What are they saying?

    a He always orders chicken noodle soup.
    b He has never eaten chicken noodle soup.
    c He plans to learn how to cook chicken noodle soup.

5 What do you say if you want to ask your Vietnamese friend why he has not phoned you?

    a Vì sao anh không đến thăm tôi?
    b Vì sao anh không giúp tôi?
    c Vì sao anh không gọi điện cho tôi?

6 Translate the following sentences.

    a Chị đã uống trà Việt Nam chưa?
    b Vì sao anh không xin lỗi chị ấy?
    c Tối nay tôi muốn xem bóng đá trên ti vi.
    d Anh đã thăm viện bảo tàng lịch sử ở Hà Nội chưa?
    e Chị đã chơi bóng bàn bao giờ chưa?
    f Vì trời mưa nên anh Hải ở nhà.
    g Bạn đã sạc điện thoại di động chưa?
    h Vì hôm nay trời nắng nên tôi muốn mua kem.

SELF CHECK

I CAN...
...order a meal in a restaurant.
...discuss spare time activities.
...ask *why?*
...ask if someone has done something yet.

8 Cuối tuần bạn thích làm gì?

In this unit you will learn how to:
» book a room in a hotel.
» rent a house.
» describe rooms in a house.
» use Vietnamese prepositions.
» join sentences with conjunctions.

Thuê nhà

Vietnamese spirituality

The Vietnamese system of beliefs and religions is rich and colorful. It is a diverse mixture of animistic and totemistic beliefs, ancestor worship, cult of local heroes, veneration of village spirits and world religions such as Buddhism, Confucianism and Taoism (referred to as **Tam giáo**, *the Three Eastern religions*), Catholicism, Protestantism, Islam and Hinduism (mainly followed by ethnic minorities in central Vietnam). There are also distinctly Vietnamese religions like **Cao Đài**, along with a vibrant array of popular beliefs and ritual practices such as the worship of the Mother Goddesses (**Đạo Mẫu**), which has been recognized as UNESCO's Intangible Cultural Heritage of Humanity.

The cult of the ancestors exerts a deep influence on the everyday life of the Vietnamese people. They believe that the human soul survives after death and turns into a guardian spirit of the family clan and affects the lives of the living. Those who die without descendants, suffered violent death, or were not given proper burial rites can turn into wandering souls, trapped by the lack of ancestral worship. The spirits must be placated by offerings and paper replicas of material possessions (anything from money, cars, clothes and toys) are burnt to pass on to them. Each household has an altar with the offering for the ancestors. The anniversary of a death is the most important ceremony in each family.

What is **Tam giáo**?
How would you explain fact that Vietnamese people often follow several systems of belief at the same time?

Vocabulary builder

09.01 Read the following the words and phrases. Then listen to the audio and try to imitate the pronunciation.

thuê	to hire, rent
thuê phòng/nhà	rent a room/house
căn hộ	flat, apartment
trống	empty, vacant
phòng đơn	single room
phòng đôi	double room
kể cả	including
mạng	internet
không dây	wireless
miễn phí	free of charge

Conversation and comprehension 1

1 09.02 John is trying to get a room in a hotel. Listen to the conversation.

John	Chào chị, tôi muốn thuê một phòng, còn phòng nào trống không?
Tiếp viên	Có, anh muốn thuê một phòng đơn hay phòng đôi?
John	Tôi muốn thuê một phòng đơn.
Tiếp viên	Anh định ở đây bao lâu?
John	Tôi ở đây hai tuần, cho đến khi tìm được một căn hộ. Bao nhiêu tiền một ngày?
Tiếp viên	Bốn mươi đô la, kể cả ăn sáng.

  a Try to identify the Vietnamese words for *a single* and *a double room*.
  b What is the word for *vacant*?
  c Does the daily rate he is quoted include breakfast?

2 09.03 There is one more thing John needs to check. What is the Vietnamese for *free of charge*?

John	Xin lỗi chị, phòng này có mạng internet không?
Tiếp viên	Có mạng không dây miễn phí.
John	Cám ơn.

New expressions

cho thuê	*for rent*
thuê theo tháng	*rent by month*
thuê dài hạn	*long-term rental*
quảng cáo	*advertisement*
tiền thuê	*rent money*
tiền đặt cọc	*deposit money*
địa điểm	*location*
an ninh	*safe*
gác	*floor*
tầng	*floor (story of a building)*
phòng ngủ	*bedroom*
phòng khách	*guest room*
phòng làm việc	*study*
phòng bếp	*kitchen*
phòng tắm	*bathroom*
phòng vệ sinh	*toilet*
chỗ	*place*
chỗ để xe	*parking space*
chuyển nhà	*move to a new residence*
tủ	*cupboard*
tủ áo	*wardrobe*
tủ sách	*bookcase*
tủ lạnh	*fridge*
giá sách	*bookshelf*
giường	*bed*
tường	*wall*
cửa sổ	*window*
cửa	*door*

Conversation and comprehension 2

1 09.04 **John's company is sending him to Hanoi for a few months to finish a project. He needs to rent a house or an apartment and his Vietnamese friend Hoa is helping him choose suitable accommodation.**

John	Tôi cần thuê một ngôi nhà hoặc căn hộ.
Hoa	Anh muốn thuê theo tháng hay thuê dài hạn.
John	Theo tháng.
Hoa	Anh cần bao nhiêu phòng?
John	Tôi cần một căn hộ hoặc ngôi nhà cho ba người.

2 09.05 **Having looked online Hoa has found what she thinks is perfect accommodation for John and shows him the advertisement.**

Hoa	Theo quảng cáo ngôi nhà này không rộng nhưng sạch sẽ. Dưới nhà có phòng khách, phòng ăn và bếp. Trên gác có hai phòng ngủ và phòng làm việc. Mỗi tầng có phòng tắm và vệ sinh riêng. Sau nhà có một vườn nhỏ. Trước nhà có chỗ để xe.
John	Bao nhiêu tiền một tháng?
Hoa	Tiền thuê một tháng là 7 triệu VNĐ và tiền đặt cọc là hai tháng tiền thuê, 14 triệu VNĐ.
John	Khá đắt. Chị có ngôi nhà nào rẻ hơn một chút không?
Hoa	Địa điểm này rất đẹp và an ninh. Nếu anh muốn tìm được một ngôi nhà rẻ hơn thì anh phải sống xa trung tâm.
John	Bao giờ tôi có thể chuyển đến?
Hoa	Tùy anh.

3 Read the conversation and decide if the following statements are true or false.

 a John muốn thuê ngôi nhà hoặc căn hộ cho hai người.
 b Tiền thuê nhà rất đắt.
 c Tiền đặt cọc là ba tháng tiền thuê.
 d Trước nhà có một cái vườn nhỏ.
 e Ngôi nhà ấy xa trung tâm.
 f Ngôi nhà không có chỗ để xe.
 g Địa điểm ấy không an ninh.

4 **Your friend tells you, 'Tôi đã thuê một căn hộ gần cơ quan'. What are they saying?**
   a He has rented a house near his office.
   b He has rented an apartment quite far from his office.
   c He has rented an apartment near his office.

5 **Your friend is describing his new apartment and says, 'Phòng ngủ của tôi quay ra vườn nên yên tĩnh'. What is he saying?**
   a He wishes the apartment had a garden.
   b His bedroom looks out onto the garden.
   c The apartment is quite noisy.

 6 **Read the following FOR RENT advertisement and then answer the questions.**

Cho thuê nhà riêng

Cho thuê nhà riêng tại trung tâm Thành phố Hà Nội, tầng 2, gồm: 2 phòng ngủ, 1 phòng khách, 1 phòng làm việc. Hiện tại có 2 người úc đang ở và sẽ trả nhà tháng 8, nhà có sẵn đầy đủ tiện nghi. Có truyền hình cáp. Có internet tốc độ cao.
Cho thuê tiếp từ tháng 9. Giá: 300 USD/tháng- hợp đồng dài hạn.

Vị trí
- Gần bến xe buýt
- Gần bệnh viện
- Gần bưu điện
- Gần chợ
- Gần khu trung tâm thương mại
- Gần ngân hàng
- Gần rạp chiếu phim
- Gần siêu thị

   a Is the ad for an apartment or a house to rent?
   b Is the property in the town center or in the outskirts?
   c Is there satellite TV?
   d Does it have an internet connection?
   e Is it currently occupied?
   f Will it be vacant in August?
   g Is it close to shops?

Learn more

PREPOSITIONS

Here is a list of the main prepositions. Make sure you learn them properly.

trên	*on*
trên bàn	*on the table*
dưới	*under, below*
dưới bàn	*underneath the table*
trong	*in, inside*
trong tủ	*in the cupboard*
trong nhà	*in the house*
ngoài	*out, outside*
ngoài đường	*outside in the street*
ngoài sân	*outside in the garden*
trước	*in front of (with place)*
trước	*before (with time)*
trước nhà	*in front of the house*
trước giờ làm việc	*before working hours*
sau	*behind (with place)*
sau	*after (with time)*
sau nhà ga	*behind the railway station*
sau giờ học	*after the lesson*
(bên) cạnh	*next to, by*
bên cạnh cửa sổ	*next to the window*
đối diện	*opposite*
đối diện (với) nhà ga	*opposite the railway station*
giữa	*in the middle, in between, amongst*
giữa phòng	*in the middle of the room*
giữa thành phố	*in the middle of the town*
xung quanh	*around*
xung quanh hồ	*around the lake*

SAU KHI, TRƯỚC KHI

When **sau** and **trước** are followed by a verb they must be used in combination with **khi**: **sau khi, trước khi**. For example:

Trước khi tôi đến Việt Nam tôi sống ở nước Pháp.
Before coming to Vietnam I lived in France.

Sau khi ăn trưa tôi thường đọc sách.
After eating my lunch I usually read a book.

Người Việt Nam thường uống trà sau khi ăn tối.
Vietnamese people usually drink tea after their evening meal.

LINKING SENTENCES TOGETHER: CONJUNCTIONS

Here are several Vietnamese conjunction constructions that will make it possible for you to turn simple sentences into complex ones:

- **nếu . . . (thì)** *(if . . . then)*
  Nếu tôi có tiền (thì) tôi mua nhà mới.
  If I had money I would buy a new house.

- **khi . . . (thì)** *(when . . . then)*
  Khi trời đẹp (thì) tôi thích chơi bóng đá.
  When the weather is nice I like to play football/soccer.
  Khi rỗi (thì) anh tôi thường đọc sách.
  When he is not busy my brother usually reads a book.

- **mặc dù (dù) . . . (nhưng)** *(although, in spite of . . . but)*
  Mặc dù ông bà nội của tôi già nhưng họ vẫn khoẻ.
  Although my grandparents are old they are still healthy.

- **tuy . . . (nhưng)** *(although . . . but)*
  Tuy anh Nam rất bận nhưng anh ấy vẫn đến thăm tôi.
  Even though he is very busy Nam still came to visit me.

- **Vì ... nên** *(because ...therefore)* which we have already learned in Unit 8.

Practice

1 Complete each sentence on the left with its matching part on the right.

a Mặc dù biết chắc chắn chị ấy sẽ không đến
b Khi tôi về nhà
c Dù bận quá
d Nếu anh không muốn ăn cơm Việt Nam
e Dù đã nhiều tuổi
f Nếu chị rỗi

1 nhưng anh ấy chưa lập gia đình.
2 thì chúng ta đi xem phim đi.
3 thì tôi thích xem ti vi.
4 nhưng mẹ tôi vẫn giúp tôi.
5 nhưng anh ấy vẫn cứ chờ.
6 thì ăn cơm Tây.

2 Look at the picture and answer the questions.

a Trên bàn có gì?
b Trong tủ có gì?
c Dưới ghế có gì?
d Trên tường có gì?
e Bên cạnh cửa sổ có gì?
f Trong phòng có mấy cái ghế?

3 Translate the following sentences into English.

a Trong phòng ngủ của tôi có một cái giường.
b Trước nhà có một cây rất cao.
c Con chó của tôi nằm dưới bàn.
d Sinh viên học trong lớp học.
e Bưu điện nằm cạnh ngân hàng và đối diện với hiệu ảnh.
f Ngoài phố có nhiều xe ô tô.
g Giữa thành phố có nhiều ngân hàng.
h Thư viện bên cạnh nhà ga.
i Chị ấy ngồi sau tôi.
j Giữa phòng là một bộ bàn ghế.
k Ngôi nhà của cô Mai giữa bệnh viện và thư viện, đối diện với khách sạn.
l Ngoài sân có con gà.
m Bức tranh treo trên tường.

4 Decide whether you need to use sau khi and trước khi or sau and trước in the following sentences.

a Trước/trước khi đi ngủ anh Nam thích uống nước lạnh.
b Sau/sau khi nhà tôi có một vườn nhỏ.
c Trước/trước khi đi Việt Nam anh phải gọi điện thoại mẹ.
d Sau/sau khi lấy chồng chị Mai đi du lịch nước Anh.
e Trước/trước khi giờ làm việc tôi thích đi chơi.
f Sau/sau khi tôi về nhà tôi thường giúp mẹ nấu cơm.

5 How would you say the following in English?

a Nếu không biết tiếng Anh thì cô ấy không thể xin được việc ở công ty đó.
b Mặc dù phải làm việc rất bận nhưng tôi vẫn rất yêu thích công việc ở đây.
c Nếu anh gặp cô ấy, anh sẽ rất thích cô ấy.
d Khi về nhà tôi thích xem ti vi.
e Dù trời mưa nhưng chúng tôi vẫn chơi bóng đá.
f Nếu anh ốm thì anh nên ở nhà.
g Mặc dù rất mệt nhưng tôi vẫn cố gắng đi làm.

6 Mr Bình is talking about his stay at the Metropole hotel. Read the text and answer the questions.

Tháng trước tôi và gia đình tôi ở khách sạn Metropole Hà Nội. Khách sạn nằm ở trung tâm thành phố gần những điểm tham quan của Hà Nội. Tôi vui mừng khi lựa chọn khách sạn này cho chuyến đi của gia đình tôi đến Hà Nội. Nói chung phù hợp với những gì chúng tôi mong đợi cho kỳ nghỉ, từ dịch vụ, vị trí khách sạn đến các điểm tham quan.

Phòng sạch sẽ, bữa sáng tự chọn ngon, phòng tắm có vòi sen. Thang máy, lối đi cho xe lăn và đường dốc, khách sạn này dễ tiếp cận cho người khuyết tật. Ở đây không rẻ nhưng đáng tiền. Chúng tôi sẽ sớm quay lại nơi này.

ADDITIONAL VOCABULARY

điểm tham quan	sightseeing locations
nói chung	in general, generally speaking
mong đợi	wish for, expect
kỳ nghỉ	holiday
vị trí	location, position
tự	reflexive (to do something yourself)
bữa sáng tự chọn	breakfast buffet
vòi sen	shower
thang máy	elevator
lối đi cho xe lăn	wheelchair access
đường dốc	ramp
người khuyết tật	disabled person

a Is the Metropole hotel in the city center?

b Are the rooms clean?

c Is the hotel expensive?

d Has the hotel met his expectations?

e Is he likely to come back?

Test yourself

1. **Which of the following questions would you use to check if the hotel has wheelchair access? And which question would you use to ask if the hotel has a lift?**
   a Khách sạn này có xa sân bay không?
   b Khách sạn này có lối đi cho xe lăn không?
   c Khách sạn này có thang máy không?

2. **Your friend is giving you instructions on how to get to his house. She says, 'Ngôi nhà của tôi bên cạnh bệnh viện và đối diện với khách sạn'. Where is her house?**
   a next to a hotel, behind a hospital
   b behind a hotel, next to a hospital
   c opposite a hotel and next to a hospital

3. **Your Vietnamese colleague explains, 'Khi tôi mười tám tuổi thì tôi đã định chuyển nhà'. What is he telling you?**
   a At age 18 he decided to buy a new house.
   b When he is 18 he will move to a different house.
   c When he was 18 he decided to move to a different house.

4. **Your friend says, 'Khi đi xe máy tôi luôn luôn đội mũ xe máy'. What are they telling you?**
   a He needs to buy a new helmet for his motorbike.
   b He never wears a helmet when he rides his motorbike.
   c He always wears a helmet on his motorbike.

5. **Translate the following sentences into English:**
   a Ngoài sân có hai chiếc xe đạp.
   b Họ đang ngồi trong nhà.
   c Con chó nằm dưới bàn.
   d Trong phòng có nhiều người.
   e Trên bàn có hai cuốn từ điển.
   f Sau thư viện có một hiệu ăn.
   g Dưới nhà có gì? Dưới nhà có một phòng tắm.
   h Ông Bình sống trên tầng ba.
   i Dưới bàn có một đôi dép màu nâu.
   j Trong tủ lạnh có nhiều loại hoa quả.
   k Tôi đang ngồi bên cửa sổ.
   l Con chó chạy trên đường.

SELF CHECK

I CAN...
...book a room in a hotel.
...rent a house.
...name rooms in a house.
...use Vietnamese prepositions.
...join sentences with conjunctions.

10

In this unit you will learn how to:
» make travel arrangements.
» exchange money.
» understand basic tourist information.

Chúng ta đi du lịch đi!

Tourism

Vietnam has become a popular destination for tourists who are attracted by its breathtaking landscape and unexplored natural resources, turbulent history, beautiful beaches, friendly people and delicious cuisine. Vietnam is also well represented on the UNESCO Intangible Cultural Heritage list, which includes:

Nhã nhạc (Vietnamese royal court ceremonial music); The Space of Gong culture (**Không gian văn hóa Cồng Chiên Tây Nguyên**) from the Central Highlands (**Tây Nguyên**) which uses gongs to facilitate communication between humans and the spirits; **Quan họ** singing contests where groups of male and female singers challenge each other through songs; **Ca trù**, an ancient genre of chamber music with a female singer taking the center stage; **Gióng** Festival (**Hội Gióng**), a traditional annual festival to honor **Thánh Gióng** who is credited with defending the country against invaders and **Xoan** singing of Phú Thọ Province, traditionally performed in sacred places during the spring festivals.

What does the term **du lịch ba lô** indicate?
What is the difference between **xe ôm** and **xích lô**?

Vocabulary builder

10.01 Read the following the words and phrases. Then listen to the audio and try to imitate the pronunciation.

đặt	*to book*
đặt trước	*book in advance*
đặt phòng	*book a room*
đặt vé máy bay	*book a plane ticket*
vé	*ticket*
giường mềm	*soft-bench sleeper*
giường cứng	*hard-bench sleeper*

Conversation and comprehension 1

10.02 Mary is buying a train ticket. Does she plan to travel in a sitting compartment or in a sleeper carriage?

Mary	Chị bán cho tôi hai vé tàu đi Nha Trang.
nhân viên	Vé ngồi hay vé nằm?
Mary	Vé nằm.
nhân viên	Vé giường mềm hay vé giường cứng?
Mary	Vé giường mềm.

New expressions

trọn gói	*package deal*
du lịch bụi/du lịch ba lô	*backpacking*
bao gồm	*include, contain*
khởi hành	*depart*
đầy đủ tiện nghi	*fully equipped*
hành lý	*luggage*
hộ chiếu	*passport*
thẻ tín dụng	*credit card*
tiền mặt	*cash*
sách hướng dẫn du lịch	*travel guide*
cất cánh	*to take off*
hạ cánh	*to land*
dừng lại	*stop*

Conversation and comprehension 2

1 10.02 **John is at the railway station looking for the correct platform.**

John	Xin lỗi, đây có phải là tàu ra Huế không?
Nhân viên	Không, tàu này ra Hà Nội.
John	Tàu ra Huế ở đường số mấy?
Nhân viên	Đường số bốn.
John	Bao giờ tàu ra Huế khởi hành?
Nhân viên	Tám giờ đúng. Còn năm phút nữa.

   a Where is he going?
   b Which platform does he need?

2 10.03 **Peter needs to change some dollars into Vietnamese *dong*. Does he need a passport?**

Peter	Chào anh, tôi cần đổi một ít tiền từ đô la ra đồng Việt Nam. Tỷ giá ngoại tệ hôm nay là bao nhiêu?
Nhân viên	Chào anh, hôm nay 1 đô la đổi được 21 240 đồng Việt Nam. Anh đổi bao nhiêu?
Peter	Tôi muốn đổi một trăm đô la.
Nhân viên	Xin anh cho xem hộ chiếu.
Peter	Hộ chiếu của tôi đây.
Nhân viên	Cám ơn anh. Xin anh ký tên ở đây.

3 10.04 **Listen to the conversation between Peter and Nam.**

Peter	Đi du lịch ba lô hoặc đi trọn gói? Theo anh cách nào hay hơn?
Nam	Tôi thích đi du lịch bụi nhưng vợ tôi thích đi trọn gói hơn.
Peter	Tôi thích tự do nên tôi cũng thích đi bụi một mình. Không phải đặt trước chỗ ở, mua vé tàu hoả, chỉ lấy xe máy, ba lô, máy chụp ảnh, bản đồ và đi. Tôi có thể dừng bất cứ đâu và ở lại trong bao lâu tùy thích.

   a How much money is Peter changing?
   b Does Peter enjoy backpacking?
   c Which means of transport does he use?
   d Does he like photography?

Learn more

WORDS INDICATING DIRECTION OF MOVEMENT

General verbs denoting movement in Vietnamese (such as **đi** *to go*; **chạy** *to run, to drive*; **đến** *to come*) can be expanded by expressions that indicate a movement in a particular direction. These expressions can be combined with other verbs of motion.

ra	*exit, go out*
ra chợ	*go (out) to the market*
lên	*ascend, go up*
lên núi	*go up a mountain*
lên gác	*go upstairs*
lên xe buýt	*get on a bus*
lên máy bay	*get on a plane*
vào	*enter, go in*
vào nhà	*enter the house*
xuống	*descend, go down*
xuống nhà	*go downstairs*
xuống xe buýt	*get off a bus*
xuống máy bay	*get off a plane*

TRAVELLING AROUND VIETNAM

Moving from North Vietnam towards the South is often expressed by using **vào** (traveling deeper into the Vietnamese territory). The opposite direction, from South to North, is expressed by using **ra**. For example:

Tôi sống ở Đà Nẵng nhưng tuần sau tôi phải ra Hà Nội.
I live in Đà Nẵng but next week I have to go to Hanoi. (The use of **ra** indicates that **Đà Nẵng** is located south of Hanoi.)

Tôi làm việc ở Hà Nội nhưng ngày mai tôi phải vào Thành phố Hồ Chị Minh.
I work in Hanoi but tomorrow I have to go to Ho Chi Minh City. (The use of **vào** indicates that Ho Chi Minh City is south in relation to Hanoi.)

ĐƯỢC AND BỊ

Expressing the speaker's attitude

In addition to other grammatical roles, **được** and **bị** can be added to a sentence to express the speaker's attitude to what they are saying. **Bị** means *being affected adversely* and is used when talking about something unpleasant such as illness, accident, disappointment, etc. **Được** means *being affected favourably* and is used to express a neutral or positive attitude to what is being said. The use of **được** and **bị** is optional but a statement with these words is stronger than one without them.

For example:

Tuần trước chúng tôi được nghỉ.	*Last week we had a holiday.*
Hôm qua tôi bị ốm.	*Yesterday I was ill.*
Tôi bị mưa.	*I got caught in the rain.*

Passive meaning

Được and **bị** can also be used to express passive meaning. The correct way to create a passive sentence is illustrated in the table. Please pay attention to the correct word order.

Em gái tôi	**được**		**khen.**	*My younger sister was praised.*
Anh tôi	**bị**		**phê bình.**	*My older brother was criticised.*

Em gái tôi	**được**	**mẹ tôi**	**khen.**	*My younger sister was praised by mother.*
Anh tôi	**bị**	**bố tôi**	**phê bình.**	*My older brother was criticised by father.*

Practice

1 Insert được or bị as appropriate and then translate the sentences into English.

   a Anh Kiến _____ cô giáo phê bình vì đến học muộn.
   b Tôi _____ đói quá.
   c Hôm qua chị Lan đã thức khuya nên hôm nay chị ấy _____ mệt lắm.
   d Em Lan _____ cô giáo khen vì học chăm chỉ.
   e Bố tôi _____ công an phạt vì lái xe nhanh.
   f Bà Mai, nhân viên khách sạn Bông Sen, _____ khách du lịch khen.
   g Mẹ tôi _____ ốm.
   h Trên đường đến nhà ga ông Hùng _____ mưa.

2 How would you say the following in Vietnamese?

a My friend is thirsty.
b Mr Hassan went up to Tám Đảo on business.
c Nam's motorbike is broken down.
d There are two rooms upstairs in my house.
e Inigo was fined for driving too fast.
f Mrs Lorenzo went to the railway station.
g I live in Hanoi, but next week I have to go to Ho Chi Minh City.
h I have a headache.
i The tourists got off the train in Huế.
j Hoa, come downstairs!
k My dog ran outside.

3 Look at the flight schedule and answer the questions.

Lịch bay của Vietnam Airlines

	Số chuyến bay	Giờ cất cánh	Giờ hạ cánh
Hà Nội – Huế	VN245	12.30	13.40
Hà Nội – Thành phố Hồ Chí Minh	VN219	13.30	15.30
Hà Nội – Đà Lạt	VN277	13.35	15.15
Hà Nội – Đà Nẵng	VN265	11.30	13.10

a Chuyến bay VN219 đi đâu?
b Lúc 16.30 chuyến bay VN219 đã hạ cánh ở Thành phố Hồ Chí Minh chưa?
c Lúc mười giờ chuyến bay VN265 đã cất cánh chưa?
d Chuyến bay VN277 cất cánh lúc mấy giờ?
e Đi từ Hà Nội đến Đà Lạt mất bao lâu?

4 Here are five reviews of the hotel Bông Sen left online by guests who stayed there. Read the reviews carefully and decide if the following are true or not:

a Guest A did not like the breakfast.
b Guest B appreciated that the staff spoke English very well.
c Guest C stayed in the hotel for six days.
d Which guest may return again?
e Guest E thought that the food was quite expensive.
f Guest D used the lift frequently.
g One of the guests complained about noise.

Khách A:

Khách sạn tuy nhỏ nhưng phòng rất thoáng mát, sạch sẽ, nhân viên vui vẻ! Phòng khách sạn rất đầy đủ tiện nghi! Giá rất tốt, ăn sáng cũng rất ngon, tôi rất hài lòng về khách sạn này.

Khách B:

Tôi đã ở lại đây 3 ngày, và tôi thực sự ngạc nhiên khi nhận được các dịch vụ của khách sạn. Tất cả các nhân viên đều rất thân thiện, tiếng Anh là khá tốt để có thể nói chuyện với du khách nước ngoài. Tôi đã có một thời gian nghỉ ngơi tốt đẹp, chắc chắn tôi sẽ quay lại đây 1 lần nữa.

Khách C:

Chúng tôi đã ở khách sạn này hai ngày. Khách sạn nằm trong khu vực trung tâm, nhưng rất yên tĩnh. Mặc dù đây là một khách sạn nhỏ, nhưng các phòng đều lớn. Bữa ăn sáng tuy chỉ cơ bản nhưng khá ngon.

Khách D:

Năm ngoái chồng tôi bị gãy chân. Khi chúng tôi đến khách sạn này thì thang máy bị hỏng nên chúng tôi phải chuyển sang khách sạn khác.

Khách E:

Dịch vụ từ chuẩn bị phòng đến vệ sinh đều tốt. Phòng thoải mái và nhân viên vui vẻ. Giá đồ ăn cao nhưng đồ ăn thì ngon. Vào tối thứ bảy khách sạn này hơi ồn ào.

5 You have received an email from a travel agent advertising a package holiday that appeals to you. Check the holiday details to find out the following information.

> **Trọn gói bao gồm**
>
> - 5 đêm nghỉ
> - Ăn sáng dành cho 2 khách.
> - Nước uống chào khách miễn phí
> - Xe bus đến trung tâm Thành Phố Huế miễn phí.
> - Xe bus đưa đón từ sân bay Đà Nẵng miễn phí
> - Nước suối 1 chai/người/ngày miễn phí.
> - Sử dụng trà, cà phê trong phòng miễn phí.
> - Sử dụng hồ bơi, phòng tập thể dục miễn phí
> - Wifi miễn phí . . .

a Is breakfast included?
b Does the hotel have internet? If so, how much does it cost?
c How will you get from the airport to the hotel?
d Will you get a complimentary drink?
e Does the hotel have a gym?
f Is there a swimming pool?
g Each room has its own coffee- and tea-making facilities. How much do they cost?

6 Translate the following text into English.

Nếu bạn muốn đi du lịch suốt dọc đất nước Việt Nam thì bạn nên đi bằng tàu hoả. Mặc dù đi bằng máy bay nhanh hơn nhưng bạn không thể ngắm được phong cảnh. Khi đi ô tô thì lâu. Đi tàu hoả hay lắm. Khi ở Việt Nam bạn nên thăm:

Chùa Một Cột ở Hà Nội *(One Pillar Pagoda in Hanoi)*
vịnh Hạ Long *(Hạ Long bay)*
đồng bằng sông Cửu Long *(the Mekong Delta)*
địa đạo Củ Chi *(Củ Chi Tunnels)*
hòn đảo Phú Quốc *(Phú Quốc Island)*
ruộng bậc thang Sa Pa *(terrace fields of Sa Pa)*
Kinh thành và lăng tẩm Huế *(Royal Citadel and royal mausoleums in Huế)*
phố cổ Hội An *(ancient streets of Hội An)*
Chùa Thiên Mụ *(Thiên Mụ Pagoda)*
Thành địa Mỹ Sơn *(Mỹ Sơn Sanctuary)*

Taking it further

DỰ BÁO THỜI TIẾT *UNDERSTANDING THE WEATHER FORECAST*

Useful vocabulary:

thời tiết	*weather*	mùa hè	*summer*
khí hậu	*climate*	mùa thu	*autumn*
mưa	*rain*	mùa đông	*winter*
gió	*wind*	mùa mưa	*rainy season*
mây	*cloud*	mùa khô	*dry season*
nắng	*sunny*	nhiệt đới	*tropical*
ấm	*warm*	gió mùa	*monsoon*
ẩm	*humid*	nhiệt độ	*temperature*
mùa	*season*	trung bình	*average*
mùa xuân	*spring*	bão	*storm*

THEO DỰ BÁO THỜI TIẾT NGÀY MAI TRỜI SẼ . . . *ACCORDING TO THE WEATHER FORECAST TOMORROW IT IS GOING TO BE . . .*

mưa	*rainy*
nắng	*sunny*
nóng	*hot*
ấm	*warm*
mát	*cool*
có mây	*cloudy*
có gió	*windy*

 Read the descriptions of the climate in Hanoi and Ho Chi Minh City and find the answers to the following questions.

   a How many seasons are there in Hanoi?
   b How many seasons are there in Ho Chi Minh City?
   c When does the rainy season start?
   d How long does the dry season last?

Hà Nội nằm trong khu vực nhiệt đới gió mùa, nhiệt độ trung bình 23°C – 24°C, lượng mưa hàng năm từ 1.600 đến 1.800 mm, quanh năm thời tiết ấm áp, bốn mùa cây trái xanh tươi. Hà Nội có đủ bốn mùa xuân, hè, thu, đông. Từ tháng 5 đến tháng 9 là mùa nóng có mưa to và bão.

Thành phố Hồ Chí Minh có hai mùa rõ rệt, mùa mưa từ tháng 5 đến tháng 11, lượng mưa trung bình năm 1.979mm. Mùa khô từ tháng 12 đến tháng 4 năm sau. Nhiệt độ trung bình cả năm 27,5°C, không có mùa đông.

Test yourself

1 You are at the hotel reception. Explain that you want the following.

  a a single room with free internet
  b a non-smoking double room
  c a room on the ground floor

2 Now ask these questions.

  a Can you pay in cash?
  b Does the hotel offer car hire?
  c Does the hotel have internet?
  d Is the internet free?

3 Make the following complaints.

  a The room is dirty.
  b There is no mineral water in the fridge.
  c The elevator is broken.

4 Say that you must do the following before setting off on your trip to Vietnam.

  a Download a map.
  b Get a visa.
  c Book a room online.
  d Read the weather forecast.
  e Buy a travel guide to Vietnam.

SELF CHECK

I CAN...
...make travel arrangements and exchange money.
...understand basic tourist information.
...understand the weather forecast.
...express passive meaning.

10 Chúng ta đi du lịch đi!

R3 Review

1 **Translate the following sentences into English.**

   a Hôm qua tôi phải nghỉ học vì tôi bị ốm.
   b Chị Hương đã ra ga chưa?
   c Chúng tôi xuống tầng một.
   d Anh Nam được cô giáo khen vì học rất chăm chỉ.
   e Chị nên ăn thử phở.
   f Nhiều người nước ngoài muốn đến Việt Nam du lịch.
   g Hôm nay trời lạnh quá nên chị nên mặc áo len.
   h Tôi thích cái áo màu cam nhất.
   i Cách đây hai năm tôi đi du lịch Thái Lan.
   j Bưu điện nằm bên cạnh ngân hàng và đối diện với nhà ga.
   k Tôi thích mua bán ở chợ hơn mua bán ở siêu thị.
   l Họ cưới nhau cách đây ba năm.
   m Hôm qua tôi được các bạn tôi mời đi xem phim.
   n Cái điện thoại của tôi hết pin nên tôi không gọi được.
   o Người Việt Nam thường uống trà sau khi ăn tối.

2 **Translate the following sentences into Vietnamese.**

   a Where do you live?
   b Where were you born?
   c What do you want to drink?
   d What is Hanoi like?
   e How old are you?
   f When are you going to Vietnam?
   g When did you visit China?
   h Where are you going?
   i Who is the oldest person in your family?
   j Why are you sad?
   k How long have you been living in London?
   l Where did you learn Vietnamese?
   m Who is your best friend?
   n Which city is bigger – London or Paris?
   o What are you reading?

3 Your colleague says, 'Đây là số điện thoại di động của tôi, chị hãy gọi điện cho tôi.' Is he ...

   a asking you not to give his mobile phone number to anybody else?
   b giving you his mobile phone number and asking you to call him?
   c asking for your mobile phone number so that he can call you?

4 When he learns that you are planning to visit Hanoi in December, your Vietnamese friend has the following advice, 'Nếu anh đi Hà Nội vào mùa đông thì anh nên mang áo ấm vì ở Hà Nội mùa đông trời thật lạnh.' What is he telling you?

   a Not to bother bringing warm clothes because the weather in Hanoi is never cold.
   b To take warm clothes because winter in Hanoi is very cold.
   c To buy some winter clothes in Hanoi if the weather gets cold.

5 Your Vietnamese neighbor tells you, 'Tôi phải gọi điện thoại đến phòng bán vé vì tôi muốn biết vé máy bay đi Hà Nội giá bao nhiêu.' Why is he phoning the ticket office?

   a To find out the price of a ticket to Hanoi.
   b To find out the time of the flight to Hanoi.
   c To find out if there are still any seats left on the flight to Hanoi.

6 What would you say to the shop assistant to check whether you can try on a pair of shoes?

   a Tôi mặc thử cái áo dài này có được không?
   b Tôi đi thử giày có được không?
   c Tôi mặc thử giày có được không?

7 Lan, your Vietnamese colleague, is talking about her trip to South Vietnam and says, 'Khi tôi thăm miền Nam Việt Nam thì tôi đã ăn thử nhiều loại hoa quả nhiệt đới.' Is she ...

   a ... complaining that the tropical fruit there was very expensive?
   b ... telling you that she was able to try many types of tropical fruit during her trip to South Vietnam?
   c ... saying that from now on she will eat more tropical fruit?

8 You need to find the correct platform for your train to Nha Trang. How do you ask?

   a Xin lỗi, chỗ này còn trống?
   b Xin lỗi, bây giờ là mấy giờ?
   c Xin lỗi, tàu hỏa ra Nha Trang ở đường số mấy?

9 Your Vietnamese colleague takes you out for lunch and he asks you, 'Anh thấy món nem rán này thế nào?' What does he want to know?
   a If you find the spring rolls too salty?
   b What do you think about the spring rolls?
   c If you want to order some more spring rolls?

10 Read and translate the following words.

bạn	mua	dừa	chó	chưa
bàn	mưa	dứa	chợ	chua
bận	mùa	đũa	cho	chùa
bẩn	màu		chờ	chữa

11 The following queries were posted on a Vietnamese online forum for travelers. What information were its users looking for?
   a Thuê tàu tham quan vịnh Hạ Long thế nào?
   b Giá tour du lịch bao gồm những gì?
   c Việt Nam có gì khác biệt các nước Đông Nam á?
   d Từ Nam Định đến Đà Lạt bằng ô tô mất bao lâu?
   e Từ Đà Nẵng lên Bà Nà đi bằng phương tiện nào?
   f Mặc gì khi du lịch châu Âu tháng mười?
   g Mua vé máy bay giá rẻ ở đâu?
   h Đi 'bụi' ở Nha Trang thế nào?

12 Translate the following complex sentences into English.
   a Trời mưa nên chúng tôi không đi chơi.
   b Khi tôi đến Việt Nam thì tôi chưa biết tiếng Việt.
   c Vì tôi không viết thư nên cô ấy giận tôi.
   d Khi tôi về nhà thì bố mẹ tôi rất vui.
   e Mặc dù quyển từ điển này rất đắt nhưng tôi vẫn mua.
   f Vì sao anh không dịch được bài này?
   g Bộ phim này chán nên không nên đi xem.
   h Nếu anh mệt thì anh nên nghỉ.
   i Nếu không biết đường thì chúng ta phải đi theo bản đồ.

13 Ask your friend if he has already . . .
   a . . . bought a new motorbike?
   b . . . met your older brother?
   c . . . read today's weather forecast?
   d . . . booked a room in Bangkok?
   e . . . bought today's newspaper?
   f . . . visited Central Vietnam?

14 Translate the following into English.

   a Nhà anh ấy cách nhà tôi khá xa.
   b Tôi chưa bao giờ thăm Đông Nam á.
   c Anh đã đến Hội An lần nào chưa?
   d Bạn đã sạc điện thoại di động chưa?"
   e Mẹ tôi chưa về nhà.
   f Tôi chưa bao giờ ăn món nem rán.
   g Tôi chưa bao giờ nói chuyện với luật sư Minh.
   h Chúng tôi chưa bao giờ lên Tám Đảo.

15 Translate the following sentences into Vietnamese. Write them down and pay attention to the correct spelling. This is a final exercise to test how well you have mastered the Vietnamese language.

   a Yesterday afternoon I went to the supermarket; I bought two bottles of beer, 1 kg of apples, a bunch of bananas and five pairs of chopsticks.
   b I don't like eating spicy food.
   c Yesterday I was late for work because I got lost.
   d Where can I buy fresh fish?
   e Don't worry!
   f My father retired two years ago.
   g The post office is located next to the department store, opposite the hospital.
   h My younger brother goes to school by motorbike. It takes him 15 minutes to get from our house to the school.
   i I am sorry but I will not be able to come to visit you because I have a headache.
   j Excuse me, where is the nearest bank? Just keep on walking straight along this road and turn left.
   k Which season do you like best?
   l Last year I traveled to Huế by train. I stayed in a small hotel near the railway station.
   m How much is this pair of shoes?

Key to exercises

UNIT 1
Discovery question
They need to ask about your age and marital status in order to determine the correct kinship term they should use to address you.

Vocabulary builder
1 a Addressing a woman; **b** Addressing a man; **c** Addressing a man; **d** Addressing a woman; **e** Addressing an older woman; **f** Addressing a younger person (could be either male or female); **g** Hello Trung (male); **h** Hello Lan (female); **i** Hello Mr Tuan; **j** Addressing an older woman.

2 a Chào ông Công. **b** Chào bà Brown. **c** Chào cô Loan. **d** Chào cô Tiên. **e** Chào ông Dũng và em Trung. **f** Chào bà Lan, chào cô Liên.

Conversation and comprehension
1 Mark is younger than Nam.

2 a Xin lỗi means excuse me. **b** gì

3 a Lan and Hoa are friends. **b** cũng means 'also'.

4 a nước; **b** David is Long's English friend.

Practice
a 4, **b** 1, **c** 6, **d** 2, **e** 3, **f** 5

Learn more
1 a I am English. **b** My name is not Liên. **c** This is my friend. **d** Nam is not my friend. **e** Ngọc (a young girl) is not English. **f** This is not Mrs Hạnh, this is Miss Yến. **g** Mr Howard met Ms. Kim but did not meet Mrs Lan. **h** Thu says hello to Mrs Loan. **i** I study Vietnamese but I do not study German. **j** Naresh thanks Nguyệt.

2 a Tên tôi là Anurak và tôi là người Thái. **b** Đây không phải là bạn tôi Huy, ây là anh tôi Thanh. **c** Helmut không học tiếng Pháp, Helmut học tiếng Trung Quốc. **d** Ông Haruki là người Nhật nhưng ông biết tiếng Việt. **e** Chris gặp chị Lan nhưng không gặp chị Linh. **f** Em gái tôi đã cám ơn tôi. **g** Keya học tiếng Việt nhưng không học tiếng Đức. **h** Nick không chào Jonathan. **i** Cô Lan giới thiệu chị Mai nhưng không giới thiệu cô Phương.

3 a Incorrect; là must be negated using 'không phải' and not just 'không'; Tên tôi không phải là Liên. **b** Incorrect for the same reason as in **a**; Đây không phải là em Hạnh, đây là em Yến. **c** Correct. **d** Correct; **e** Incorrect for the same reason as **a**; Em Ngọc không phải là người Anh. **f** Correct **g** Incorrect; sentences with regular verbs are negated by using only không; Tôi không học tiếng Anh. **h** Correct; **i** Incorrect for the same reasons as in sentence g; Em Toàn không cám ơn bà Bình. **j** Correct.

Pronunciation and speaking

1 a Hello (addressing an older man), how are you? **b** Hello (addressing an older woman). Thank you, I am well. And what about you? **c** Mai met Sunil but she did not meet Suzuki. **d** Khoa is thanking Mrs Linh. **e** Huy greets Lan and introduces Miss Anika. **f** David, how are you? Thank you, I'm fine. **g** My name is not Nam, my name is Dũng. **h** My friend is not Vietnamese.

2 a Chào chị Loan, chào bà Ngọc. **b** Chào cô Hiền, chào anh Phan. **c** Chào ông Cường, chào chị Nguyệt. **d** Chào ông Hùng, chào bà Liên. **e** Chào anh Vinh. **f** Chào em Lan.

3 All introductions can simply start with 'Đây là' This is . . . or if you want to be more elaborate you can say Xin giới thiệu với anh/chị: đây là . . . May I introduce to you. . . .
a Đây là ông Hùng. **b** Xin giới thiệu với anh/chị: đây là ông Aziz. **c** Đây là chị Hoa, bạn tôi. **d** Đây là anh Jamal. Anh Jamal là người Anh. **e** Đây là bà Margaux. Bà Margaux là người Pháp. **f** Đây là bà Green.

4 a 1; **b** 2; **c** 1; **d** 1

5 a Tên tôi không phải là Nam. **b** Cô Hoa không phải là bạn tôi. **c** Đây không phải là bà Hạnh và em Liên. **d** Em Liên không phải là bạn tôi. **e** Bạn tôi tên không phải là Dũng. **f** Đây không phải là ông Trung. **g** Tên tôi không phải là Lan. **h** Ông Công không phải là bạn tôi. **i** Anh Chris không học tiếng Việt. **j** Em Dũng không chào ông Trí. **k** Naresh không cám ơn bà Lan. **l** Cô Ngọc không giới thiệu chị Thu.

Reading and listening

1 a Hoa is Nam's sister; **b** Yes; **c** Vietnamese; **d** No, he is French; **e** No, he is English; **f** Vietnamese; **g** Hoa's brother and Dũng's friend; **h** Yes, she is his sister; **i** No; **j** Maurice is greeting Hoa; **k** Yes

2 a German; **b** English; **c** Japanese; **d** French; **e** American; **f** Vietnamese

Test yourself

1 Fill in the missing information about yourself:
Tên tôi là My name is_____ .

Tôi là người My nationality is_____.
Bạn tôi tên là My friend's name is_____.
Bạn tôi là người My friend's nationality is_____.

2 Give Vietnamese equivalents:
a Chào anh. Anh có khảe không?
Chào chị, tôi khỏe. Còn chị? chị có´ khỏe không?
Càm ơn anh, tôi khỏe.
b Xin lỗi, chị tên là gì?
Tên tôi là Hoa. Còn tên chị là gì?
Tên tôi là Keya và đây là Sunil.
c Chào chị Hạnh. Chào chị Mary. Chị có´ khỏe không?
Cám ơn, tôi khỏe. Đây là bạn tôi Anandi.
Chào Anandi. Rất hân hạnh được gặp chị.
d Chào Hạnh, đây là bạn tôi Naresh.
Chào anh Naresh. Rất hân hạnh được gặp anh. Anh là người nước nào?
Tôi là người ấn Độ.

3 a Linh met Mr Baker but she did not meet Mrs Baker. **b** My name is Mai and my friend is called Lan. **c** This is my friend Chinh (male). Chinh is Vietnamese. **d** David is not American, David is English. **e** What is your name? **f** Mrs Mai greets Mr Dũng. **g** What nationality is Helen? Helen is American. **h** Mrs Hạnh is very pleased to meet Trung (younger male). **i** Mr Tuấn is not my friend. **j** My friend is not French; my friend is Japanese. **k** Lan is Vietnamese but Somchai is Thai. **l** Rakesh is not Chinese.

4 a không **b** không **c** người **d** gì **e** nước **f** là **g** khỏe

5 Tên tôi là Lan. Bạn tôi tên là Hoa. Chị Hoa có khỏe không? Cám ơn anh, tôi khỏe. Anh tên là gì? Anh Trung không phải là người Pháp, anh là người Việt Nam. Ông Nam chào bà Lan.

UNIT 2

Discovery question

The Vietnamese differentiate between the paternal and maternal side of the family as well as between younger and older siblings.

Conversation and comprehension 1

a Mary is married. **b** She has an older brother. **c** She has a younger sister.

Conversation and comprehension 2

1 a Liên lives in Huế on Duy Tân street; **b** The Vietnamese word for street is phố.

2 a Nam and his parents live in Hanoi; **b** Nam was born in Hanoi; **c** The Vietnamese word for 'together' is cùng.

3 a Hoa is Lan's younger sister; **b** Trí is her older brother; **c** The Vietnamese word for 'single' is độc thân.

Practice

1 a 2, **b** 3, **c** 5, **d** 6, **e** 4, **f** 1

Learn more

1 a 4; **b** 1; **c** 5; **d** 2; **e** 6; **f** 3

2 a Đây là ai? Đây là anh Nam. **b** Anh Nam là ai? Nam là em trai tôi. **c** Anh Nam sống ở đâu? Nam sống ở Hà Nội. **d** Anh/chị sống ở đâu? **e** Anh/chị làm việc ở đâu? **f** Liên làm gì? **g** Tên chị/anh là gì? **h** Anh/chị sinh ra ở đâu?

3 a Anh tên là Bảo, phải không?
b Chị Liên sống ở Hà Nội, phải không?
c Chị Lan có một em gái, phải không?
d Anh Cường còn độc thân, phải không?
e Em Ngọc học ở Luân Đôn, phải không?
f Bà Minh sinh ra ở Lào Cai, phải không?

4 a Anh Carlos có sống và làm việc ở Đà Lạt không? **b** Chị Loan có gặp anh Duy không? **c** Anh Satoshi có phải là người Nhật không? **d** Bà Kim có chào cô Nguyệt không? **e** Diego có học tiếng Việt không? **f** Em gái có làm việc ở Quy Nhơn không? **g** Ông Russell có sinh ra ở nước Anh không? **h** Cô Josephine có biết tiếng Pháp không?

Pronunciation and speaking

1 a Where does your family live? My family lives in Hanoi. **b** Who is this? This is my younger sister. **c** My maternal gradparents live in Huế. **d** My paternal grandparents also live in Huế. **e** Where were you born? I was born in Đà Nẵng. **f** My parents don't work in Hanoi. **g** Is your name Nam? My name is not Nam, my name is Huy.

2 a 2; **b** 1; **c** 2

Reading and listening

a Lan is Dũng's older sister; **b** No, he is his older brother; **c** No; **d** Lan's husband; **e** No; **f** In Hanoi; **g** Yes, he has one brother and one sister; **h** Bình is Hùng's girlfriend; **i** His maternal grandparents live in Hải Phòng, we do not know where his paternal grandparents live; **j** Yes; **k** Dũng's maternal grandparents.

Test yourself

1 Tôi sinh ra ở I was born in_____ .
Tôi sống ở I live in_____ .
Tôi làm việc ở I work in _____ .
Bố mẹ tôi sống ở My parents live in _____ .
Anh chị em tôi sống ở My siblings live in _____ .
Ông bà nội sống ở My paternal grandparents live in _____ .

2 a Đây là ai?
Đây là em gái của tôi Lucy.
Lucy sống ở đâu?
Tôi sống ở Luân Đôn.
b Anandi, chị có anh chị em không?
Có, tôi có một em trai và một chị.
Em trai của Anandi tên là gì?
Em trai tôi tên là Naresh và chị gái tôi tên là Jaya. Naresh 15 tuổi và Jaya 27 tuổi.
Chị của Anandi lập gia đình chưa?
Chưa, chị tôi còn độc thân.
c Đây là ai?
Đây là Sunil.
Sunil có phải là anh trai của anh?
Không, anh Sunil là bạn tôi.
Anh Ethan là em trai của anh, phải không?
Phải Ethan là em trai của tôi.
d Bố mẹ của anh Mark sống ở đâu?
Bố mẹ tôi sống ở Luân Đôn.
Còn ông bà của anh?
Ông bà của tôi về hưu rồi. Ông bà của tôi không sống ở Luân Đôn nhưng sống ở Brighton.

3 a Tên tôi là Vinh. Tôi sống ở Đà Nẵng nhưng bố tôi sống ở Huế. **b** Em gái tôi không sống ở Việt Nam. Em ấy sống ở nước Thái. **c** Chị Alex có anh chị em không? **d** Gia đình tôi sống ở Luân Đôn. **e** Anh trai của Tom lập gia đình chưa? **f** Anh tôi sống ở Hà Nội nhưng làm việc ở Hải Phòng.

UNIT 3

Discovery question

This person would be referred to as Bình (with the appropriate kinship term, for example, anh Bình, ông Bình etc.).

He would still be referred to as Bình irrespective of whether he is your friend or your line manager but the kinship term would change.

Conversation and comprehension 1

bây giờ

Conversation and comprehension 2

1 Nam gets up first, at 6 o'clock.

2 a The Vietnamese lesson finishes at 10.45; **b** Mary returns home at 2pm.

3 a false, **b** true, **c** false, **d** false, **e** false

Practice

1 a 69; **b** 33; **c** 12; **d** 47; **e** 195; **f** 55; **g** 208; **h** 1986; **i** 703; **j** 505; **k** 71.

2 a Sáu mươi ba; **b** bốn mươi bốn; **c** bảy trăm chín mươi tám; **d** hai trăm linh/lẻ ba; **e** mười một; **f** bảy mươi lăm; **g** bốn trăm linh/lẻ bảy; **h** một nghìn chín trăm chín mươi chín; **i** mười lăm; **j** ba mươi mốt; **k** năm mươi chín; **l** sáu trăm linh/lẻ hai; **m** bốn mươi tám; **n** tám mươi mốt

3 a mười giờ, **b** tám giờ ba mươi phút *or* tám giờ rưỡi, **c** chín giờ bốn mươi lăm phút, **d** mười sáu giờ năm mươi tám phút or mười bảy giờ kém hai phút, **e** mười bảy giờ mười lăm phút, **f** mười bốn giờ bốn mươi bảy phút or mười lăm giờ kém mười ba phút, **g** năm giờ năm mươi lăm phút or sáu giờ kém năm phút

4 a Hàng ngày tôi thường dậy lúc bảy giờ.
b Hàng ngày tôi thường ăn sáng lúc bảy giờ rưỡi.
c Hàng ngày tôi thường đến trường lúc tám giờ.
d Hàng ngày tôi thường ăn trưa lúc mười hai giờ rưỡi.
e Hàng ngày tôi thường gặp bạn lúc sáu giờ chiều.
f Hàng ngày tôi thường về nhà lúc bảy giờ tối.
g Hàng ngày tôi thường xem ti vi lúc tám giờ tối.
h Hàng ngày tôi thường đi ngủ lúc mười giờ rưỡi.

Pronunciation and speaking

2 a Buổi sáng anh thường dậy lúc mấy giờ? What time do you usually get up in the morning?
b Chị thường ăn sáng lúc mấy giờ? What time do you usually have breakfast?
c Anh thường về nhà lúc mấy giờ? What time do you usually return home?
d Buổi tối anh thường đi ngủ lúc mấy giờ? What time do you usually go to sleep in the evening?

Reading and listening

1 a at 6 am; **b** from 6.15 to 6.30; **c** at home; **d** at 7.30; **e** yes; **f** no; **g** Trí

Go further

a Tôi làm việc từ chín giờ sáng đến năm giờ chiều.

b Vợ tôi làm việc từ mười giờ sáng đến ba giờ chiều.

c Hàng ngày con trai tôi học tiếng Việt từ hai giờ đến bốn giờ chiều.

d Hàng ngày tôi xem ti vi từ tám giờ đến mười giờ tối.

Test yourself

1 a Nam works from 8 in the morning until 5 in the afternoon.
b I watch television from 9 till 10.
c Excuse me, what is the time?
d My son studies English from 2 to 3.30.
e My family eats dinner from 7 until 7.45.
f What time do you get up every day?

2 a 5; **b** 1; **c** 3

3 a 2; **b** 4; **c** 1; **d** 5; **e** 3

4 c

5 b

6 c

REVIEW 1

1 a Davika is not my friend. **b** Mai does not live in Vũng Tàu. **c** Kwame, do you know Vietnamese? **d** Miss Loan works in the library. **e** My (paternal) grandfather is retired. **f** I am not a student, I am a doctor. **g** Pornthip is not sleeping, he is studying. **h** My wife is thirty-two (years of age). **i** What nationality is Alex? Alex is American. **j** My friend Naresh does not know Vietnamese. He knows French. **k** Every day I usually eat lunch at half past twelve. **l** Is Miss Anika Indian? **m** Ethan met lawyer Duy but he has not met doctor Phúc. **n** Anh Sunil, you speak Japanese, don't you? **o** Naomi usually has a break from 3 p.m. until 4 p.m. **p** Thảo did not say hello to Loan. **q** Is Helmut German?

2 a 4; **b** 1; **c** 7; **d** 6; **e** 3; **f** 2; **g** 5

3 a Chị Phượng không phải là nhà báo. **b** Ông Hùng không làm việc ở Đà Nẵng. **c** Bạn tôi không phải là người Anh. **d** Bà Mai không ăn trưa lúc mười hai giờ. **e** Anh Nam không xem ti vi từ tám giờ đến chín giờ. **f** Bố tôi không ăn sáng lúc bảy giờ. **g** Gia đình tôi không sống ở Thành phố Hồ

Chí Minh. **h** Bà Linh không gặp ông Hùng. **i** Bác sĩ Nam không làm việc ở bệnh viện. **j** Chị Bình không biết tiếng Anh.

4 Tên tôi là John. Tôi là người Anh. Tôi sinh ra ở Birmingham. Tôi là nhà báo. Tôi sống và làm việc ở Luân Đôn London. Bố mẹ tôi sống ở Brighton. Tôi có một anh trai và một em gái. Em tôi lập gia đình rồi nhưng anh tôi còn độc thân. Hàng ngày tôi thức dậy lúc bảy giờ nhưng vợ tôi thức dậy lúc bảy giờ rưỡi. Tôi ăn sáng và sau đó´ tôi đi làm. Tôi làm việc từ chín giờ đến năm giờ chiều. Tôi về nhà lúc sáu giờ.

5 a Tên tôi là Jean-Pierre. Tôi sinh ra ở Paris. **b** Em gái tôi không sống ở Việt Nam. Em gái tôi sống ở nước Anh. **c** Anh John có mấy anh chị em? **d** Anh Nam có biết tiếng Pháp không? Không, tôi không biết tiếng Pháp. **e** Ông Brown có phải là người Mỹ không? Không, ông ấy là người Anh. **f** Anh Arnaud có phải là người Pháp không? **g** Anh/chị sống ở đâu? **h** Anh/chị ăn trưa lúc mấy giờ? **i** Anh Peter, anh còn độc thân, phải không? **j** Anh tôi sống ở Hà Nội nhưng làm việc ở Hải Phòng. **k** Cô Hương gặp ông Trí và chào ông ấy. **l** Anh/chị sinh ra ở đâu? **m** Anh có muốn gặp cô Lan không? **n** Buổi sáng anh thức dậy lúc mấy giờ? **o** Anh/chị là người nước nào?

6 a 1983 **b** 205 **c** 61 **d** 75 **e** 494 **f** 15 **g** 265 **h** 3407 **i** 2 000 000 **j** 2014 **k** 55 **l** 44 **m** 16

7 a 23 hai mươi ba **b** 755 bảy trăm năm mươi lăm **c** 1047 một nghìn không trăm bốn mươi bảy **d** 68 sáu mươi tám **e** 473 bốn trăm bảy mươi ba **f** 51 năm mươi mốt **g** 205 hai trăm linh/lẻ năm **h** 2012 hai nghìn không trăm mười hai **i** 34 ba mươi bốn **j** 644 sáu trăm bốn mươi bốn **k** 1945 một nghìn chín trăm bốn mươi lăm **l** 1858 một nghìn tám trăm năm mươi tám **m** 109 một trăm linh chín **n** 91 chín mươi mốt **o** 11 mười một

UNIT 4

Discovery question

Tết Nguyên Đán celebrations in Vietnam are associated with many customs: people clean their houses and decorate them with flowers; they worship Ông Táo (the Kitchen God) who is believed to visit each household and report to the Jade Emperor; people prepare traditional Tết cakes called bánh chưng and bánh dày; children are given 'lucky money'; the first visitor is important because it is believed that they can determine the good fortune for the new year. Firecrackers are set off to scare off evil spirits.

Conversation and comprehension 1

three days

New expressions

a 4; **b** 6; **c** 1; **d** 2; **e** 3; **f** 5

Conversation and comprehension 2

He visited Ho Chi Minh City last year in July.

Learn more

1 a năm sau; **b** ngày mai; **c** thứ bảy tuần trước: **d** hôm kia; **e** tháng trước; **f** tháng mười năm ngoái; **g** tối qua

2 a yes, she has a meeting in his office; **b** she will go on a trip with his family; **c** on Tuesday; **d** yes

3 a wrong; **b** correct; **c** wrong; **d** correct; **e** correct; **f** wrong; **g** wrong

Pronunciation and speaking

1 a (ngày) mồng năm tháng hai năm một nghìn chín trăm chín mươi chín; **b** (ngày) ba mươi tháng năm năm một nghìn tám trăm năm mươi lăm; **c** (ngày) mười chín tháng bảy năm một nghìn chín trăm bảy mươi lăm; **d** (ngày) hai mươi mốt tháng mười hai/tháng chạp năm hai nghìn không trăm linh một; **e** (ngày) mồng bảy tháng mười năm một nghìn chín trăm sáu mươi ba; **f** (ngày) mười bốn tháng mười một năm hai nghìn không trăm mười bốn

2 a Tôi sinh ra ngày mười bảy tháng mười.
b Tháng sáu năm ngoài anh tôi đã lấy vợ.
c Bố tôi về hưu vào tháng tư năm hai nghìn không trăm hai mươi
d Tôi sinh ra ngày thứ hai.
e Tháng sau tôi sẽ đi Đà Nẵng thăm chị tôi.

3 a sai, **b** sai, **c** sai, **d** đúng, **e** đúng, **f** đúng

4 b

5 b

6 a

7 a Thanh; **b** Hương; **c** Lan; **d** Hùng; **e** Phượng

Reading and listening

1 a 25.2 1983; **b** 3.3 1675; **c** 31.12 2013; **d** 6.1 1822; **e** 14.7 2010

2 a 1980; **b** 1999; **c** two; **d** one son and one daughter; **e** in July this year; **f** journalist

Test yourself

1 a Tối qua tôi đi ngủ vào lúc 11.45.
b Tuần sau tôi sẽ đi Nha Trang thăm chị tôi.
c Hôm qua tôi đã gặp bạn tôi Nam.
d Tối thứ bảy tôi đã đi xem phim Việt Nam.
e Năm sau bố mẹ tôi sẽ đi nghỉ mát ở Huế.
f Ông Thanh vừa mới về nhà.
g Lớp học tiếng Pháp sắp bắt đầu.
h Buổi tối tôi thích xem ti vi.

2 a Yesterday I studied Vietnamese from morning until afternoon.
b This Saturday I will meet my friend.
c Tomorrow morning my mom will return to her birth place.
d In which month were you born?
e Last week Mr Trí introduced Mrs Hà to Mr Brown.
f When will you go out?

3 a Ngày mai tôi sẽ gặp luật sư của tôi.
b Con gái tôi sinh ra năm ngoái.
c Anh gặp ông Thanh bao giờ?
d Chiều chủ nhật tôi thường thăm ông bà tôi.
e Tuần sau anh Peter sẽ bắt đầu học tiếng Việt.
f Tôi sắp ăn sáng.
g Năm ngoái Susan đã thăm Đông Nam Á.

UNIT 5

Discovery question

Kinh are ethnic Vietnamese people.
No.

Conversation and comprehension 1

1 a from . . . to; **b** ngã ba is a crossroads where three roads intersect while ngã tư is a crossroads where four roads cross

2 b

3 There are several ways to ask for directions. For example, you can start each question with 'Ông/chị làm ơn chỉ giúp tôi đường đến…'
a ngân hàng; **b** đại sứ quán; **c** bưu điện; **d** bệnh viện; **e** nhà ga; **f** siêu thị; **g** hiệu thuốc
To ask how far away these places are, just use bao xa?

Conversation and comprehension 2

1 a To Hàng Gà Street; **b** yes.

2 a she is going to the railway station; **b** it is too far to walk.

Practice

1 c; **2** c

Learn more

1 b; **2** c; **3** b

4 a Chị Monika, đừng lo.
b Chị Quê, mời chị ăn cơm.
c Anh Antonio, đừng hút thuốc lá ở đây.
d Chúng ta đi bộ đi.
e Ngày mai em Cúc hãy dậy sớm đi.
f Anh Miguel, đừng đến muộn.
g Xin mời chị vào và uống cà phê.

Listening comprehension

1 a Helen arrived last week; **b** By plane from Bangkok; **c** She is staying at the Metropole hotel.

2 a Nam does not walk to his office; **b** yes, Nam knows Chu Văn An Street; **c** he goes to work by motorbike taxi; **d** the bus was too slow; **e** no, motorbike taxis are cheap

Test yourself

1 b

2 a I do not know the way to the railway station. **b** Today I was tired, I went to the office by motorbike taxi. **c** Do you know where the nearest bus stop is? **d** How far is it from here to the hospital? **e** Please can you show me the way to Hàng Đào Street?

3 a Don't worry! **b** Please come in and drink some coffee. **c** Get up! **d** Go back home. **e** Don't go by motorbike. Go by bus. **f** Go quickly. **g** Please could you help me, Helen? **h** Don't be late returning home, Nguyệt. **i** Let's go to visit Hạ Long Bay on Sunday. **j** Let's go out today. **k** Drink some water, Monica. **l** Be quiet! **m** Come here tomorrow.

4 a No, only to the hub terminal at Cầu Giấy.
b 35 000 Vietnamese *dong* per person.
c To the city center.
d A taxi will cost about 300 000 *dong* and is best suited to groups.

UNIT 6

Discovery question

In the past áo dài was worn by both men and women. The Vietnamese conical hat is light, durable and cheap and protects against the weather.

Conversation and comprehension 1

1 Bông Sen

2 a Liên's dog is small; **b** Liên's dog is fast.

Conversation and comprehension 2

1 a Thanh; **b** He is young and tall.

2 a According to Peter, Hanoi is small but pretty; **b** Thanh likes living in Hanoi because it is peaceful.

Practice

a 3, **b** 5, **c** 1, **d** 6, **e** 2, **f** 4, **g** 8, **h** 7

Learn more

1 a My friend Lan is beautiful.
b My paternal grandparents are old.
c In Vietnam October is hot but in England October is cold.
d Peter's girlfriend is young.
e My father is ill.
f Is the film *The Scent of Green Papaya* interesting?
g My friend Phượng is cheerful every day.

2 c

3 b

4 a trẻ; Mrs Mai is neither old nor young; **b** nhỏ; Hanoi is neither big nor small; **c** lười; My younger brother is neither hardworking nor lazy; **d** cũ; My motorbike is neither new nor old; **e** . lạnh; Today the weather is neither hot nor cold.

5 c

6 c

7 b

Conversation and comprehension 3

1 a Xe ôm is quicker; **b** The bus is cheaper.

2 a Is this film interesting?
b Is Mr Hùng rich?
c Is your house new?

d Is Lan beautiful?
e Is Đà Lạt cold?
f Is Dũng tall?
g Is this street wide?
h Is it far from Brighton to London?
i Is your mother cheerful today?
j Is learning Vietnamese difficult?

3 a The hotel is called Quê Hương; **b** It is quite expensive; **c** Antonio's motorbike is old and is currently broken.

4 a false; **b** true; **c** false; **d** false; **e** false

Go further

1 a Tôi thích dậy sớm hơn. **b** Tôi thích đi bộ đến cơ quan hơn. **c** Tôi thích sống ở Luân Đôn hơn. **d** Tôi thích cà phê hơn trà. **e** Tôi thích đi xe lửa hơn đi máy bay.

2 a Tôi không thích dậy sớm. **b** Tôi không thích sống ở thành phố lớn. **c** Tôi không thích đi xem phim.

Test yourself

1 a Bạn tôi Mai trẻ và mạnh.
b Thành phố Luân Đôn rộng và ồn ào.
c Hội An nhỏ hơn Đà Nẵng nhưng yên tĩnh hơn Huế.
d Bà nội của tôi già hơn bà ngoại của tôi.
e Naresh cao hơn Rakesh nhưng Naresh cao bằng Anandi.
f Đi xem hát hay hơn đi xem phim.
g Tôi thích uống trà hơn cà phê.
h Điện thoại di động của tôi cũ và hỏng.
i Chị Maria nói tiếng Việt giỏi hơn chị Alena.
j Hôm nay trời ấm hơn hôm qua.
k Em gái chị thế nào? Em gái tôi thông minh và chăm chỉ.
l Phở bò ngon hơn phở gà.
m Bệnh viện gần hơn thư viện.

2 a Which river in Vietnam is the longest?
b Which city in Vietnam is the most beautiful?
c The streets of Sài Gòn are wider than the streets of Hanoi.
d My older brother is as tall as my older sister.
e My friend is older than I am.
f Traveling by plane is faster than traveling by train.

UNIT 7

Discovery question

The biggest market in Hanoi is called Đồng Xuân; the biggest market in Huế is called Đông Ba and the biggest market in Ho Chi Minh City is called Bến Thành.

In the past the Hàng Đường street used to sell sugar and the Hàng Vải street sold fabrics.

Vocabulary builder

a Một bát phở bao nhiêu tiền? **b** Một quyển từ điển Việt-Anh giá bao nhiêu? **c** Một nải chuối giá bao nhiêu? **d** Đi xe ôm đến trung tâm thành phố bao nhiêu tiền?

Conversation and comprehension

1 In this context, vừa means to fit, to be the right size

2 a incorrect; **b** correct; **c** incorrect; **d** incorrect; **e** incorrect

3 c

4 a 4; **b** 3; **c** 2; **d** 1

5 Bao nhiêu tiền . . .? . . . giá bao nhiêu?

Learn more

1 a Một chai bia Halida giá bao nhiêu?
b Một tách cà phê giá bao nhiêu?
c Mười đôi đũa giá bao nhiêu?
d Một quả xoài giá bao nhiêu?
e Một ki lô chanh giá bao nhiêu?
f Một quyển từ điển Việt-Anh giá bao nhiêu?
g Một chiếc xe máy giá bao nhiêu?
h Một đôi giày giá bao nhiêu?
i Một con gà giá bao nhiêu?

2 a con, con; **b** cá´i/chiếc; **c** quyển/cuốn; **d** quả; **e** cái/chiếc; **f** bài; **g** bức; **h** cái/chiếc; **i** con; **j** cái/ngôi; **k** đôi; **l** đôi; **m** quả

3 b

4 b

5 c

6 c

7 b

Listening

1 She is also buying papaya.

2 She is buying an embroidered tablecloth.

3 Peter is buying a sweater. They do not have his favorite color.

4 a Yes; **b** Đồng Xuân; **c** No, they are cheap; **d** She does not have to haggle about the price because at the supermarket the price is fixed; **e** Shopping online is much easier, faster and cheaper.

Go further

a Nam is wearing leather shoes. **b** Today Helen is wearing a yellow dress. **c** She is wearing a beautiful new wedding ring. **d** Lan is wearing a pretty dress today. **e** In winter I wear warm clothes but I don't like wearing a hat. **f** My dad has to wear sunglasses when driving a car. **g** My daughter likes to wear jeans. **h** He usually does not wear slippers/sandals at home. **i** Ben has to buy a new pair of sports shoes.

Test yourself

1 a Hôm qua Helen đã mua mười đôi đũa.
b Mẹ tôi đi chợ và mua hai cân cam và một cân chanh.
c Xin cho tôi một tách cà phê đen đá.
d Tôi cần mua một cái (chiếc) áo sơ mi mới.
e Tôi thích mua bán ở siêu thị hơn nhưng bạn tôi thích mua bán ở chợ hơn.
f Tuần trước Khalid đã mua một quyển từ điển Việt-Anh. Nó giá 350 000 đồng.
g Thuê xe máy ở Hội An giá bao nhiêu?
h Tôi muốn mua một chiếc điện thoại di động mới cho em trai của tôi.
i Cái áo này không vừa.

2 a Một chai bia giá bao nhiêu?
b Một bát phở giá bao nhiêu?
c Một cốc nước cam giá bao nhiêu?
d Đôi giày giá bao nhiêu?
e Một cân nho giá bao nhiêu?
f Một nải chuối giá bao nhiêu?
g Chiếc khăn trải bàn lụa giá bao nhiêu?

REVIEW 2

1a Is the railway station far? Very far! **b** My grandmother is old but healthy. **c** Is this film cheerful? **d** Does this hotel have a fast wifi? **e** Going by plane is fast but expensive. **f** Are you hungry, Keya? **g** Is renting a house in Mỹ Tho expensive? **h** What is the longest river in Vietnam? **i** I am

the youngest in the family. **j** My older brother is as tall as my older sister.
k My younger sister likes listening to music more than reading a book.
l What is the Buôn Ma Thuột coffee like? It is tasty and cheap. **m** He runs faster than I. **n** Is Mr Gates rich? **o** What is your bike like? My bike is old.
p The weather is warmer today than yesterday. **q** My dad is a famous journalist.

2 a true; **b** true; **c** true; **d** false; **e** true; **f** true

3 a Bao giờ bạn đi Paris? **b** Anh đã thăm Thái Lan bao giờ? **c** Tại sao hôm qua bạn không gọi điện cho tôi? **d** Bao giờ anh/chị sẽ đi bệnh viện thăm bạn? **e** Hà Nội cách Huế bao xa? **f** Đi xe ôm từ nhà bạn đến cơ quan bạn mất bao lâu? (Bạn đi từ nhà đến cơ quan bằng xe ôm mất bao lâu?)

4 a Tuần sau tôi sẽ đi Hội An để thăm ông bà tôi. **b** Năm ngoái anh tôi bắt đầu học tiếng Pháp. **c** Thứ bảy tôi đã đi xem một bộ phim Việt Nam mới. **d** Buổi sáng tôi dậy muộn. **e** Buổi tối tôi thích đọc sách. **f** Thành phố Luân Đôn có lớn không? **g** Khách sạn Hilton có đắt không? **h** Bệnh viện này rất tốt. **i** Mẹ tôi già hơn bố tôi. **j** Hà Nội nhỏ nhưng rất đẹp và yên tĩnh.
k Trung Quốc rộng hơn Việt Nam. **l** Tiếng Việt rất khó. **m** Ô tô nhanh hơn xe máy. **n** Đọc sách hay hơn xem ti vi.

5 a

6 c

7 c

8 b

9 a trẻ; **b** nhỏ; **c** nhỏ; **d** lười; **e** rẻ; **f** mới

10 a Tôi thích đi máy bay hơn đi xe lửa. **b** Chủ nhật tôi thích dậy sớm. **c** Tôi thích đi xe phim với bạn hơn xem ti vi ở nhà. **d** Tôi thích trà hơn cà phê.

11 a Please come in and drink some coffee. **b** Wake up. **c** Come back home early. **d** Don't go to Huế by motorbike. Go by train. **e** Let's go out (let's go for a walk). **f** Don't be late, Minh. **g** Don't worry. **h** Please help me, Hương. **i** Don't smoke here, Tuấn.

12 a Sa Pa; **b** Yes; **c** 500 000 Vietnamese đồng; **d** The Lào Cai railway station; **e** Over 10 hours

UNIT 8

Discovery question

Huế is the traditional centre of Vietnamese Buddhism and a formal royal capital city. Local vegetarian delicacies replicate with great finesse meat-based dishes using tofu and vegetables.

The term cơm bụi (lit. 'dusty' food) refers to Vietnamese street food. It is also called cơm bình dân.

Conversation and comprehension 1

1 a khát means thirsty; **b** Hoa is drinking lemonade; **c** yes; **d** Peter ordered a bottle of beer.

2 a Peter likes to play football, table tennis and occasionally also tennis. **b** chơi means to play; **c** football/soccer, table tennis and tennis; **d** bóng in bóng đá and bóng bàn means a ball

3 history museum

Conversation and comprehension 2

1 a no; **b** Nam loves spring rolls.

2 all statements are incorrect.

Learn more 1

a 5; **b** 3; **c** 1; **d** 2; **e** 4

Practice

1 a Tomorrow I have to get up early.
b You should stay at home and rest.
c I am free today, I can come to visit you.
d My father wants to buy a new car.
e You should eat a lot of fruit.
f You must come to your office on time.

2 Several different modal verbs could be used in these sentences. Here are some possibilities:
a phải; **b** phải; **c** nên; **d** muốn; **e** muốn.

3 a Món nem rán này ngon tuyệt. These fried spring rolls are delicious.
b Cà phê này ngọt lắm. This coffee is very sweet.
c Phở bò này hơi mặn. This beef noodle soup is a little too salty.
d Quả đu đủ này không tươi. This papaya is not fresh.
e Món bánh cuốn này cay. This stuffed pancake is spicy.

4 a Hello, what would you like?
b Please give us one black coffee and one iced coffee.
c What dish would you like to order?
d We would like two bowls of beef noodle soup and two plates (portions) of fried spring rolls.
e What do you want to drink? Lemonade or mineral water?
f Will you have rice or noodle soup?

g Do you want beef noodle soup or chicken noodle soup?
h What would you like to drink? Coffee or tea?
i Will you have beer or fruit juice?
j Do you want black coffee or white coffee?
k Do you want your tea with sugar or without?
l Do you want orange juice or lemonade?

Learn more 2

1 a Have you ever eaten Vietnamese food?
b Have you ever visited England?
c Have you ever met Mrs Liên?
d Have you seen a Vietnamese film yet?
e Are you married yet?
f Have you ever been to Đà Nẵng?
g Have you ever worn Vietnamese áo dài?
h Have you ever drunk sugarcane juice?
i Have you read today's newspaper yet?
j Have you had breakfast yet today?
k Have you read *The Tale of Kiều* (Vietnamese poetic masterpiece written by Nguyễn Du) yet, Josephine?
l Have you seen the Vietnamese water puppets yet, Dominic?

2 a Lan; **b** Yes; **c** Hùng; **d** Chị Phượng; **e** Bình; **f** She is single and does not have anybody with whom to go out.

Test yourself

1 a Because I have no money I cannot go to the theater. **b** I went to the market because I want to try eating many types of fruit. **c** I came late so I could not meet her. **d** I could not come because my motorbike broke down. **e** Why did you not eat breakfast? **f** Why are you sad?

2 c; **3** c; **4** b; **5** c

6 a Have you ever drunk Vietnamese tea?
b Why did you not apologize to her?
c Tonight I want to watch football on TV.
d Have you ever visited Hanoi History Museum?
e Have you ever played table tennis?
f Hải is at home because it is raining.
g Have you charged your phone yet?
h As it is sunny today, I want to buy ice cream.

UNIT 9

Discovery question

Tam giáo indicates the three traditional Eastern religions followed in Vietnam: Buddhism, Taoism and Confucianism.

The Vietnamese system of religions and beliefs is very fluid and non-orthodox.

Conversation and comprehension 1

1 a phòng đơn single room; phòng đôi double room; **b** trống; **c** yes

2 miễn phí

Conversation and comprehension 2

3 a incorrect; **b** correct; **c** incorrect; **d** incorrect; **e** incorrect; **f** incorrect; **g** incorrect; **4** c; **5** b

6 a A house; **b** In the city center; **c** yes; **d** yes; **e** yes; **f** yes; **g** yes

Practice

1 a 5; **b** 3; **c** 4; **d** 6; **e** 1; **f** 2

2 a A laptop and a book; **b** A coat; **c** A cat; **d** A map and a mirror; **e** A lamp and a mirror; **f** two

3 a There is one bed in my bedroom.
b In front of the house there is a very tall tree.
c My dog is lying under the table.
d The student is studying in the classroom.
e The post office is next to a bank and opposite a photography shop.
f Outside in the street there are many cars.
g In the middle of the town there are many banks.
h The library is next to the railway station.
i She is sitting behind me.
j In the middle of the room there are a table and chairs.
k Mai's house is in between the hospital and the library, opposite a hotel.
l There is a chicken outside in the yard.
m A picture is hanging on the wall.

4 a Trước khi đi ngủ anh Nam thích uống nước lạnh.
b Sau nhà tôi có một vườn nhỏ.
c Trước khi đi Việt Nam anh phải gọi điện thoại mẹ.
d Sau khi lấy chồng chị Mai đi du lịch nước Anh.
e Trước giờ làm việc tôi thích đi chơi.
f Sau khi tôi về nhà tôi thường giúp mẹ nấu cơm.

5 a If she cannot speak English then she cannot apply for a job with that company.
b I enjoy working at this firm despite the fact that I have to work a lot.
c If you meet her, you will like her a lot.
d When I return home I enjoy watching television.
e Although it is raining we are still playing football/soccer.
f If you are ill then you should stay at home.
g Although I am very tired I still try to go to work.

6 a Yes; **b** Yes; **c** It is not cheap; **d** Yes; **e** Yes, soon

Test yourself

1 b and c ; **2** c; **3** c; **4** c

5 a Outside in the yard there are two bicycles.
b They are sitting inside the house.
c The dog lies under the table.
d There are many people in the room.
e There are two dictionaries on the table.
f Behind the library is a restaurant.
g What is downstairs? Downstairs is a bathroom.
h Mr Bình lives on the third floor.
i There is a pair of brown sandals under the table.
j In the fridge there are many types of fruit.
k I am sitting next to the window.
l The dog is running on the road.

UNIT 10

Discovery question

Ba lô means a rucksack and Vietnamese people use the term du lịch ba lô for backpacking.

Xe ôm is a motorbike taxi. Xích lô is a pedicab/rickshaw.

Conversation and comprehension 1

a sleeping carriage

Conversation and comprehension 2

1 a John is going to Huế; **b** He needs platform 4.

2 yes

3 a 100 US$; **b** yes; **c** motorbike; **d** yes

Practice

1 a Bị. Kiến was criticised by his teacher for being late.
b Bị. I am hungry.
c Bị. Last night Lan stayed up late therefore today she is very tired.
d Được. Lan was praised by her teacher for studying hard.
e Bị. My father was fined by the police for speeding.
f Được. Mrs Mai, an employee at the Bông Sen Hotel, was praised by tourists.
g Bị. My mother is ill.
h Bị. Mr Hùng got caught in the rain on his way home.

2 a Bạn tôi bị khát.
b Ông Hassan đã lên Tám Đảo công tác.
c Xe máy của Nam bị hỏng.
d Có hai phòng trên gác trong nhà tôi.
e Inigo bị phạt vì lái xe quá nhanh.
f Bà Lorenzo ra nhà ga.
g Tôi sống ở Hà Nội nhưng tuần sau tôi phải vào Thành phố Hồ Chí Minh.
h Tôi bị đau đầu.
i Các khách du lịch xuống tàu hỏa ở Huế.
j Hoa xuống nhà đi!
k Con chó của tôi chạy ra ngoài.

3 a Ho Chi Minh City; **b** yes; **c** no; **d** 13.35; **e** 100 minutes

4 a incorrect; **b** correct; **c** incorrect; **d** guest B **e** correct; **f** incorrect; **g** correct

5 a Yes; **b** Yes, it is free; **c** By bus provided by the hotel; **d** Yes; **e** Yes; **f** Yes; **g** They are free of charge

6 If you want to travel through Vietnam then you should go by train. Although going by plane is quicker, you will not be able to admire the scenery. And when you go by car it takes a long time. Going by train is very interesting. When you are in Vietnam you should visit the One Pillar Pagoda in Hanoi, the Hạ Long Bay, the Mekong Delta, the Củ Chi Tunnels, Phú Quốc Island, the terrace fields of Sa Pa, the Royal Citadel and tombs in Huế, the ancient streets of Hội An, the Thiên Mụ Pagoda and the Mỹ Sơn Sanctuary.

Taking it further

1 a 4; **b** the dry season and the rainy season; **c** May; **d** 4 months

Test yourself

1 a Tôi muốn một phòng đơn với mạng internet miễn phí.
b Tôi muốn một phòng đôi không hút thuốc.
c Tôi muốn một phòng ở tầng trệt.

2 a Tôi muốn trả bằng tiền mặt, có được không?
b Khách sạn này có phục vụ thuê xe không?
c Khách sạn này có mạng internet không?
d Mạng internet ở đây có miễn phí không?

3 a Phòng của tôi bẩn.
b Trong tủ lạnh không có nước khoáng.
c Phòng này không có két an toàn.

4 Trước khi đi du lịch Việt Nam tôi phải
a tải xuống một bản đồ
b nhận visa
c đặt phòng trên mạng
d đọc dự báo thời tiết
e mua sách hướng dẫn du lịch Việt Nam

REVIEW 3

1 a Yesterday I had to take a break from studying because I was ill. **b** Has Hương gone to the railway station yet? **c** We came downstairs (to the first floor). **d** Nam was praised by his teacher beacuse he studies very dilligently. **e** You should try eating phở (Vietnamese noodle soup). **f** Many foreigners want to come to Vietnam for tourism. **g** The weather is very cold today, you should wear a jumper. **h** I like the orange dress the most. **i** I visited Thailand as a tourist two years ago. **j** The post office is located next to the bank and opposite to the railway station. **k** I prefer shopping at the market rather than at the supermarket. **l** They got married three years ago. **m** Yesterday I was invited by my friends to the cinema. **n** My phone has run out of battery therefore I could not phone. **o** Vietnamese people often drink tea after dinner.

2 a Anh sống ở đâu? **b** Anh đã sinh ra ở đâu? **c** Anh/chị muốn uống gì? **d** Hà Nội thế nào? **e** Anh/chị bao nhiêu tuổi? **f** Bao giờ anh sẽ đi Việt Nam? **g** Anh đã thăm Trung Quốc bao giờ? **h** Anh đi đâu đấy? **i** Người nào già nhất trong gia đình bạn? **j** Tại sao chị buồn? **k** Anh sống ở Luân Đôn bao lâu? **l** Bà đã học tiếng Việt ở đâu? **m** Bạn thân nhất của chị là ai? **n** Thành phố nào lớn hơn – Luân Đôn hay Paris? **o** Em đang đọc gì?

3 b

4 b

5 a

6 b

7 b

8 c

9 b

10 Read and translate the following words.

friend	to buy	coconut	dog	not yet
table	(to) rain	pineapple	market	sour
to be busy	season	chopsticks	give; to, for	pagoda
dirty	colour		to wait	to repair/correct

11 a How do I rent a boat to tour the Hạ Long bay? **b** What does the tourist trip include? **c** Is there anything that makes Vietnam different from other South East Asian countries? **d** How long does it take to go by car from Nam Định to Đà Lạt? **e** What type of transport should one use to get from Đà Nẵng up to Bà Nà? **f** How to dress when travelling in Europe in November? **g** Where to buy cheap flight tickets? **h** How to backpack in Nha Trang?

12 a It is raining, that is why we cannot go out (for a walk). **b** When I arrived in Vietnam, I did not know how to speak Vietnamese yet. **c** She is angry with me because I did not write her a letter. **d** When I returned home, my parents were very happy. **e** Even though this dictionary was very expensive, I still bought it. **f** Why can't you translate this text? **g** This film is boring, that is why you should not go to see it. **h** If you are tired then you should rest. **i** If we don't know how to get there then we have to follow the map.

13 a Bạn đã mua xe máy mới chưa? **b** Chị đã gặp anh tôi chưa? **c** Anh đã đọc dự báo thời tiết hôm nay chưa? **d** Bạn đã đặt phòng ở Bangkok chưa? **e** Bạn đã mua báo hôm nay chưa? **f** Bạn đã thăm miền Trung Việt Nam (Trung bộ) chưa?

14 a His house is rather far from my house. **b** I have never visited South East Asia. **c** Have you ever been to Hội An? **d** Have you charged your mobile phone yet? **e** My mum has not yet returned home. **f** I have never eaten spring rolls. **g** I have never spoken to lawyer Minh. **h** We have never gone up to Tám Đảo.

15 a Chiều qua tôi đã đi siêu thị; tôi đã mua hai chai bia, một ki lô táo, một nải chuối và năm đôi đũa. **b** Tôi không thích ăn món cay. **c** Hôm qua tôi đi làm muộn vì bị lạc đường. **d** Tôi có thể mua cá tươi ở đâu? **e** Đừng lo! **f** Bố tôi về hưu hai năm trước. **g** Bưu điện nằm bên cạnh cửa hàng bách hóa, đối diện với bệnh viện. **h** Em trai tôi đi học bằng xe máy. Đi từ nhà đến trường học mất 15 phút. **i** Xin lỗi, tôi không thể đến thăm bạn được vì tôi bị đau đầu. **j** Xin lỗi, ngân hàng gần nhất ở đâu? Anh cứ đi thẳng và rẽ phải. **k** Bạn thích mùa nào nhất? **l** Năm ngoái tôi đã đi Huế bằng xe lửa. Tôi ở một khách sạn nhà gần nhà ga. **m** Đôi giầy này giá bao nhiêu?

Vietnamese–English glossary

ALPHABET

a ă â b c (ch) d đ e ê g (gh) (gi) h i k (kh) l m n (ng) (ngh) o ô ơ p (ph) q r s t (th) (tr) u ư v x y

Á, châu Á	*Asia*
ạ	*final particle indicating politeness or respect*
ai?	*who?*
an ninh	*safe, secure*
Anh (nước Anh)	*England, Britain*
anh (trai)	*older brother*
anh ấy	*he*
áo	*dress, blouse, jacket*
áo dài	*long tunic (traditional Vietnamese dress)*
áo len	*jumper, sweater*
áo mưa	raincoat
ăn	*to eat*
ăn cơm	*to eat (lit. to eat rice)*
ăn chay	*to eat vegetarian food*
âm lịch	*lunar calendar*
ấm	*warm*
ấm	*teapot, kettle*
Âu, châu Âu	*Europe*
ấy	*that, those*
ba	*three*
bà	*grandmother*
bà ngoại	*maternal grandmother*
bà nội	*paternal grandmother*
bác	*uncle*
bác sĩ	*doctor*
bài	*lesson, text*
bài báo	*newspaper article*
bài đọc	*text*
bàn	*table*
bản đồ	*map*
bán	*sell*
bạn (bạn tôi)	*friend (my friend)*
bánh	*cake, pie, pastry*

bánh cuốn	*stuffed pancake*
bánh mì	*bread*
bánh tôm	*shrimp cake*
bao gồm	*contain, include*
bao giờ?	*when?*
bao lâu?	*how long?*
bao nhiêu?	*how much? how many?*
bảo tàng	*museum*
bảo tàng lịch sử	*History Museum*
báo, tờ báo	*newspaper*
bát	*bowl*
bay (máy bay)	*fly (plane)*
Bắc	*North*
bằng	*to be equal, by means of, made of*
bắt đầu	*to start, to begin*
bẩn	*dirty*
bận	*busy*
bây giờ	*now*
bất cứ	*any*
bên	*(on the) side (of)*
(bên) cạnh	*beside, next to, by*
bên phải	*on the right side*
bên trái	*on the left side*
bệnh	*illness*
bệnh viện	*hospital*
phòng bếp	*kitchen*
bị	*to suffer*
bia	*beer*
biển	*sea*
biết	*know*
bình thường	*normal, usual*
bò, con bò	*cow*
bóng bàn	*table tennis*
bóng đá	*football*
bố	*father*
bố mẹ	*parents*
bộ	*a set (of something)*
bôi (nước hoa)	*to wear (perfume)*
bơ	*butter, avocado*
bờ (bờ biển)	*bank, beach*
buổi	*part of day*
buồn	*sad*
buồn ngủ	*sleepy*
bún	*noodles*

bức	*flat, rectangular things (classifier)*
bức ảnh	*photograph*
bưu điện	*post office*
bưởi	*grapefruit*
cà chua	*tomato*
cà phê	*coffee*
cả	*all, whole, altogether*
cá	*fish*
cá hấp nấm hương	*steamed fish with mushrooms*
các	*plural marker*
cách đây	*ago, distance from here (in space or in time)*
cái	*thing, general classifier*
cam	*orange*
cảnh	*view, landscape, scenery*
cạnh	*by, next to, beside*
cao	*tall, high*
cay	*spicy*
cắn	*bite*
cấm	*forbid, ban, negative imperative particle (don't)*
câu cá	*fishing*
cây	*tree*
cẩn thận	*carefully*
cấp cứu	*emergency treatment (**xe cấp cứu** ambulance)*
cất cánh	*take off*
cha	*father*
chả giò	*fried spring rolls*
chai	*bottle*
chán	*boring*
chanh	*lemon*
chào	*hello, to greet*
cháu	*grandchild*
chạy	*to run*
chăm chỉ	*industrious, hardworking*
chắc	*certainly*
chắc chắn	*definitely, for sure, certainly*
châu	*continent*
châu Á	*Asia*
châu Âu	*Europe*
chậm	*slow*
chị (gái)	*older sister*
chị ấy	*she, her*
chỉ… thôi	*only*

chiếc	*classifier for manufactured items (vehicles), individual items from a pair*
chiều, buôi chiều	*afternoon*
chim	*bird*
chín	*nine*
chín	*ripe*
chết	*to die*
cho	*for, to*
cho (phép)	*allow, to give permission*
chó, con chó	*dog*
chọn/lựa chọn	*choose, select*
chỗ	*place*
chỗ để xe	*parking place*
chôm chôm	*rambutan/water spinach*
chồng	*husband*
chơi	*to play (**đi chơi** to go out)*
chớ	*negative imperative particle (do not)*
chờ	*wait*
chợ	*market*
chủ nhật	*Sunday*
chùa	*pagoda*
chúc (mừng)	*to wish, congratulate*
chúng tôi, chúng ta	*we (not including listener), we (including listener)*
chụp (ảnh)	*take a photograph*
chuối, quả chuối	*banana*
chuyển (chỗ ở)	*to move*
chuyến	*classifier for journeys, trips*
chuyến đi (chuyến bay)	*trip, journey (flight)*
chưa	*not yet*
chưa bao giờ	*never before*
chữa	*repair*
con	*classifier for animals*
con người	*people, humankind*
con gái	*daughter*
con trai	*son*
có lẽ	*perhaps, maybe*
có thể	*can, be able to*
còn	*still, continue to, how about*
cô	*Miss, aunt*
cô ấy	*she*
cô giáo	*(female) teacher*
công an	*police*
công tác	*to work*
công việc	*work*

công viên	*park*
cố gắng	*to make an effort, try*
cốc	*glass*
cơ bản	*basic, simple*
cơ quan	*office, agency*
cơm	*cooked rice*
cơm chay	*vegetarian meal*
cơm chiên	*fried rice*
cỡ	*size*
cũ	*old (opposite to new)*
của	*belonging to, of (**bạn của anh Nam** Nam's friend)*
của ai?	*whose?*
cũng	*also*
cuộc	*process, activity, entity involving interaction with games, contests, meetings, parties, struggles (classifier)*
cuộc biểu diễn	*performance*
cuối (đường)	*end (of the road)*
cuốn	*volume (classifier)*
cứ	*keep on doing sth., persist, continue*
cửa ra vào	*door*
cửa sổ	*window*
cửa hàng	*a store*
cửa hàng bách hoá	*department store*
cửa hàng lưu niệm	*souvenir shop*
cưới	*to marry*
cười	*to smile, laugh*
cứu hỏa	*fire brigade*
da cam	*(to be) orange*
dạ dạ	*polite response particle*
danh lăm thắng cảnh	*sights*
dài	*long*
dạo này	*these days*
dày	*thick*
dạy	*to teach*
dậy	*get up*
dễ	*simple, easy*
di tích lịch sử	*historical monuments*
dịch	*to translate*
diện tích	*area (of a surface)*
dịp (vào dịp)	*occasion (on the occasion of)*
dọc	*along*

du lịch	travel, journey, tourism
du lịch ba lô	backpacking
du lịch trọn gói	package travel
dùng	to use
dự	participate, take part in
dự báo thời tiết	the weather forecast
dừa, quả dừa	coconut
dứa, quả dứa	pineapple
dương lịch	solar calendar
dưới	under
đá	stone, rock, ice
đã	past tense marker
đại sứ quán	embassy
đang	be engaged in doing sth., (grammatical particle for present tense)
đau	to hurt, pain
đau đầu	to have a headache
đặc biệt	special
đặc sản	special (dish), speciality
đăng ký	to register
đắt	expensive
đặt	to place, put
đặt (trước)	to book, reserve
đậm	dark
đất nước	country
đâu?	where?
đầu (bị đau đầu)	head (to have a headache)
đầu tiên	first
đây	here, this
đầy	be full (of), filled with
đấy	there
đen	(to be) black
đeo (kính, đồng hồ, vòng)	to wear (glasses, wristwatch, necklace)
đẹp	nice, pretty, beautiful
để	in order to
đề nghị	propose, suggest
đến	to, until
đến	to come, arrive
đêm	night
đi	imperative particle
đi	to go
đi (giày)	to wear (shoes)
đi bộ	to go on foot, to go for a walk
đi dạo	go for a walk

đi xem phim	*to go to the cinema*
địa chỉ	*address*
địa điểm	*location, place*
điều	*thing, matter*
điều hòa nhiệt độ	*air conditioning*
điện thoại di động	*mobile phone*
định	*to decide, intend to do*
đỏ	*(to be) red*
đón	*welcome, meet*
đóng (cửa)	*close (door)*
đóng va li	*to pack a suitcase*
đọc	*read*
đồ	*things*
đỗ xe	*stop, pull up*
độ	*about, approximately*
độc thân	*single*
đôi	*a pair*
đổi	*to change, exchange*
đối diện	*opposite*
đội (nón)	*to wear (a hat)*
Đông	*East*
đông	*full, crowded, busy*
đông	*winter*
đồng	*Vietnamese currency*
đồng hồ	*watch*
đồng ý	*agree*
đủ	*enough, to have/be enough*
đu đủ	*papaya*
đũa	*chopsticks*
đúng	*correct, right*
đưa	*take, bring*
được	*to receive*
đứng	*to stand*
đừng	*negative imperative particle*
đừng (lo)	*don't (worry)*
em	*younger sibling*
em gái	*younger sister*
em trai	*younger brother*
ga (nhà ga)	*railway station*
gà	*rooster*
gác	*floor*
gạo	*husked rice*

găng tay	*gloves*
gặp	*to meet*
gần	*near*
ghét	*hate*
ghế	*chair*
gia vị	*spices*
gì?	*what?*
gia đình	*family*
già	*old (opposite to young)*
giá (giá bao nhiêu?)	*price, value (How much does it cost?)*
giá sách	*bookshelf*
giao thông	*traffic, communication*
giàu	*rich*
giày	*shoes*
giây	*second*
giặt	*wash, launder*
giận	*be angry*
giấy	*paper*
giấy vệ sinh	*toilet paper*
giỏi	*be clever, good, skilful*
gió (gió nhẹ)	*wind (light wind)*
giới thiệu	*to introduce*
giờ	*hour*
giờ làm việc	*working hours*
giống (như)	*similar*
gọi	*call, to order*
gồm	*contain, include*
giường	*bed*
giữa	*between, among, in the middle*
gửi	*to send, to post*
hạ (mùa hạ)	*summer*
hai	*two*
hài lòng	*satisfied, content*
hay	*or*
hạt tiêu	*pepper corn*
hay	*interesting*
hay	*or*
hãy	*imperative particle*
hàng (cửa hàng)	*goods, merchandise (shop)*
hàng (hàng ngày)	*every (every day)*
hàng không	*aviation, airlines*
hát	*to sing*
hân hạnh	*be pleased, honoured*

hè (mùa hè)	*summer*
hẹn	*promise*
hẹp	*narrow*
hết	*to end, to finish*
hiện đại	*contemporary, modern*
hiểu	*understand*
hiệu	*shop, store*
hiệu ăn	*restaurant*
hiệu sách	*bookstore*
hiệu thuốc	*pharmacy*
họ	*they, family name*
hoa (bông hoa)	*flower*
hoa quả	*fruit*
hoặc	*or*
học	*to study, to learn*
hỏi (câu hỏi)	*to ask (question)*
hỏi đường	*ask directions*
hỏng	*broken, spoiled*
hồ	*lake*
hộ chiếu	*passport*
hôm	*day*
hôm kia	*the day before yesterday*
hôm nay	*today*
hôm qua	*yesterday*
hồng	*(to be) pink*
hộp	*box*
hơn	*be more (than) (comparative particle)*
hút	*to smoke*
hướng dẫn (du lịch)	*tourist guide*
ít	*a little, a few*
kém	*less*
kẹo	*sweets*
kế toán	*accountant*
két sắt	*safety deposit box, safe*
kết thúc	*to finish, end*
khá	*rather, fairly*
khách	*guest, visitor*
khách sạn	*hotel*
khát	*to be thirsty*
khăn quàng	*scarf*
khăn trải bàn	*tablecloth*
khen	*to praise*

khi (khi nào?)	when?
khí hậu	climate
khó	difficult
khoảng	approximately, about
khỏe	healthy, strong (well, all right)
không	no, not
khu vực	region, area
khuya	late night
ki lô mét	kilometer
kia	(that one) over there (demonstrative)
kính	glasses
kịp	in time, have time
kỷ niệm	memento, souvenir, anniversary
ký (tên)	to sign (name)
là	to be
lạ	strange, unusual
lạc đường (bị lạc đường)	get lost
lái xe	to drive a vehicle
làm việc	to work
làm vườn	gardening
làm ơn	please, do smb. a favour
lạnh	cold
lăng (Lăng Hồ Chủ tịch)	tomb, mausoleum (Hồ Chí Minh's mausoleum)
lắm	very, greatly
lần	occasion, time
lần đầu tiên	first time
lâu (bao lâu?)	long (how long?)
lấy (xích lô)	to take (a cyclo)
lập gia đình	to form a family, to get married
len	wool
lên	go up, get on
lên lớp	go to school
lịch sử (viện bảo tàng lịch sử)	history (History Museum)
lo lắng	to worry
loại	type, kind
lớn	large, big
lợn	pig
lúa	rice plant
lúa nếp	glutinous, sticky rice
lúa tẻ	ordinary, non-sticky rice
lụa	silk
luật sư	lawyer
lúc	moment

luôn luôn	*always*
lười	*lazy*
lương thực	*food, food product*
lý do	*reason, motive, cause*
ly dị	*to divorce*
mà	*but*
mạ	*rice seedling*
màu	*colour*
mạng	*network, Internet*
mát mẻ	*cool, fresh*
máy	*machine*
máy điện thoại (di động)	*telephone (mobile)*
máy tính	*computer*
mặc (áo)	*to wear (clothes)*
mất	*to lose, spend*
mất bao lâu?	*How long does it take?*
mây	*cloud*
mấy?	*how many? how much?*
mấy giờ?	*at what time?*
mẹ	*mother*
mèo	*cat*
mì	*noodles*
miền	*area, region*
miễn phí	*free of charge*
mồng (mùng)	*precedes numbers from 1–10 (when denoting the first ten days in a month)*
một chút	*a little bit, for a little while*
một mình	*alone, by oneself*
mở (cửa)	*open (door)*
mới	*new*
mới	*past tense particle*
mời	*to invite*
mũ	*hat*
mua	*to buy*
mùa	*season*
mùa đông	*winter*
mùa hạ(North), mùa hè (South))	*summer*
mùa khô	*dry season*
mùa mưa	*rainy season*
mùa thu	*autumn/fall*
mùa xuân	*spring*
muối	*salt*
muốn	*want*

muộn	late
mượn	borrow
nải (chuối)	bunch (of bananas)
Nam	South
nào	which
nay	this
này	this
năm	five
năm	year
năm nay	this year
năm ngoái, trước	last year
năm sau	next year
nằm	to lie
nắng	sunny
nấm	mushroom
nâu	(to be) brown
nấu	cook
nem rán (nem Sài Gòn)	fried spring rolls
nên	should, ought to
nên	therefore
nếu (nếu . . . thì)	if (if . . . then)
ngã ba	crossroads
ngã tư	crossroads
ngàn	thousand (Southern Vietnamese expression)
ngày	day
ngày kia	the day after tomorrow
ngày mai	tomorrow
ngày nghỉ	holiday, day off
ngắm	admire, look at
ngăn kéo	drawer
ngắn	to be short
ngân hàng	bank
nghe	to hear, listen
nghe nói	they say
nghèo	be poor
nghề (nghề nghiệp)	occupation, profession
nghỉ	to have a rest
nghĩa (nghĩa là)	meaning (it means)
nghiên cứu	research
nghìn	thousand
ngoại ô	suburb, outskirts
ngoài (nước ngoài)	outside, (foreign country, abroad)
ngoài (ra)	apart from

ngoại	*outside, exterior*
ngon	*tasty*
ngon tuyệt	*delicious*
ngọt	*sweet*
ngôi	*classifier for buildings*
ngồi	*to sit*
ngôn ngữ	*language*
ngủ	*to sleep*
người	*person, people (general classifier for people)*
người Anh	*English*
người Ca-na-đa	*Canadian*
người Đức	*German*
người lái xe tắc-xi	*taxi driver*
người Mỹ	*American*
người Nhật (Nhật Bản)	*Japanese*
người Pháp	*French*
người Thái (Thái Lan)	*Thai*
người Trung Quốc (người Trung Hoa, người Tàu)	*Chinese*
người Việt (Việt Nam)	*Vietnamese*
người phục vụ	*attendant, server*
người yêu	*lover*
nhà	*house*
nhà báo	*journalist*
nhà ga	*railway station*
nhà hát	*theatre*
nhà khách	*guest house*
nhà kinh doanh	*businessman*
nhanh	*be fast, quick*
nhạt	*light*
nhân viên	*employee*
nhận	*to receive*
nhất	*first (superlative particle)*
Nhật (Bản)	*Japan*
nhé	*all right?*
nhiệt đới	*tropical*
nhiệt độ	*temperature*
nhiệt độ trung bình	*average temperature*
nhiều	*be a large amount, much, many, a lot*
nhìn	*look at*
nho	*grapes*
nhỏ	*small*
nhớ	*remember, recollect*
như thế nào?	*what is (sth.) like?*

nhưng, nhưng mà	*but*
những	*plural marker*
nó	*she/he, it*
nói (nói được)	*speak, talk (to be able to speak)*
nói chung	*generally speaking*
nói chuyện	*to converse*
nón	*conical hat*
nóng	*be hot*
nổi tiếng (về)	*be famous (for)*
nơi (vài nơi)	*place (some places)*
núi, dãy núi (lên núi)	*mountain, mountain range (go to the mountains)*
nữa	*more*
nửa	*half*
nước	*water*
nước	*country*
nước cam	*orange juice*
nước chanh	*lemonade*
nước hoa	*perfume*
nước khoáng	*mineral water*
nước mắm	*fish sauce*
ông	*grandfather*
ông ấy	*he*
ông ngoại	*grandfather (mother's side)*
ông nội	*paternal grandfather*
ở	*in, at, to live*
ở đâu?	*where?*
ơi	*vocative particle (used to call out to attract the hearer's attention, either in a normal or a raised voice)*
ớt	*pepper*
phải	*must*
Pháp	*France*
phê bình	*to criticize*
phim	*film*
phòng (phòng đôi)	*room (double room)*
phòng ăn	*dining room*
phòng bếp	*kitchen*
phòng khách	*guest room, living room*
phòng làm việc	*study*
phòng ngủ	*bedroom*
phòng tắm	*bathroom*
phòng vệ sinh	*toilet*

phố	street, road
phở	noodle soup
phút	minute
qua	(to go) over, across, to cross
quả	fruit, round objects (classifier)
quá	excessively, too
quan trọng	important
quảng trường	a square
quê	homeland, birth place, native country, countryside
quên (ngủ quên)	to forget (to oversleep)
quên mất	forget
quốc tế	international
quyển	volume (a publication, in the South = **cuốn**)
ra	go out (of)
ra nước ngoài	go abroad
rau	vegetables
rau quả	vegetables and fruit
rau sống	raw vegetables
rất	very
răng	tooth
rẻ	cheap
rẽ	to turn
rét	cold
riêng	own
rồi	already
rỗi	spare time, free
rộng	wide, roomy
rưỡi	half past (the hour)
rượu	alcohol, wine
sao	why?
sạc	to charge
sau	behind, after
sáu	six
sách	book
sách hướng dẫn du lịch	tourist guide (a book)
sạch	clean
sáng	bright, morning
sắp	future tense marker (near future)
sân (sân bay)	yard (airport)
sẽ	future tense marker
séc	check

sinh nhật	*birthday*
sinh viên	*college/university student*
số	*size, number*
sông	*river*
Sông Hồng	*Red River*
Sông Cửu Long	*Mekong River*
sống	*live*
sốt	*temperature*
sơn mài	*lacquer*
sớm	*early, soon*
sử dụng	*make use of*
sữa	*milk*
sức khỏe	*health*
ta, chúng ta	*we (inclusive – includes listener)*
tách	*cup*
tải (tải xuống)	*to transport, convey, carry a load (download)*
tại sao?	*why?*
tám	*eight*
tàu hỏa	*train*
tắc xi	*taxi*
tắm	*bath, bathe*
tặng	*to give a gift*
tấm	*rectangular flat piece of material, with cloth, boards, etc. (classifier)*
tầng	*floor (story of a building)*
tập	*to practice*
tập thể dục	*do physical exercise*
tất cả	*all, whole altogether*
Tây	*West*
ten nít	*tennis*
tên (tên tôi)	*name (my name)*
thăm	*to visit*
tham dự	*participate in*
tham quan	*to go on a trip, excursion*
tháng	*month(s)*
tháng ba	*March*
tháng bảy	*July*
tháng chạp (tháng mười hai)	*December*
tháng chín	*September*
tháng giêng	*January*
tháng hai	*February*
tháng mười	*October*
tháng mười một	*November*

tháng này	*this month*
tháng năm	*May*
tháng sau	*next month*
tháng sáu	*June*
tháng tám	*August*
tháng trước	*last month*
tháng tư	*April*
thành	*become, turn into*
thành phố	*town, city*
thẳng (đi thẳng)	*straight (go straight ahead)*
thấp	*low*
thầy giáo	*(male) teacher*
thấy	*see, perceive*
thẻ tín dụng	*credit card*
theo	*according to, follow*
thể thao	*sport*
thế	*thus, so, in this manner*
Thế à?	*Is that so? Really?*
thế nào? (như thế nào?)	*how? (what is it like?)*
thế giới	*world*
thế kỷ	*century*
thêm	*to add, more*
thêu (thêu tay)	*embroider(ed), (hand embroidered)*
thì	*then, in that case*
thị thực	*visa*
thích	*to like*
thịt	*meat*
thịt bò	*beef*
thịt lợn	*pork*
thịt gà	*chicken meat*
thông minh	*be intelligent, bright*
thời gian	*time, period*
thời tiết	*weather*
thu (mùa thu)	*autumn/fall*
thủ đô	*capital city of a country*
thú vị	*interesting*
thuận tiện	*convenient*
thuê	*rent, hire*
thuốc	*drug, medicine*
thuyền	*boat*
thư	*letter*
thư ký	*secretary*
thư viện	*library*
thứ	*rank, ordinal number designator*

thứ ba	*Tuesday*
thứ bảy	*Saturday*
thứ hai	*Monday*
thứ năm	*Thursday*
thứ sáu	*Friday*
thứ tư	*Wednesday*
thử (mặc thử)	*try (try on)*
thức ăn	*food*
thực đơn	*menu*
thực phẩm	*food*
thường	*often*
tiếc (tiếc quá!)	*regret, pity (what a pity!)*
tiệc	*party, reception*
tiếng (tiếng Việt)	*language (Vietnamese language)*
tiếp (đi tiếp)	*to continue (continue walking)*
tiếp khách	*receive visitors*
tìm (dễ tìm)	*to look for (easy to find)*
tỉnh	*province*
to	*big, large*
tôi	*I*
tối (buổi tối)	*evening*
tôm	*shrimp*
tốt	*good*
tốt nghiệp đại học	*to graduate from university*
tờ	*sheets of paper (classifier)*
trà	*tea*
trả lời	*answer*
trai (con trai)	*boy (son)*
trái	*fruit, round objects (classifier, used in south Vietnam)*
trái	*left*
tranh lụa	*painting on silk*
tranh sơn mài	*laquer picture*
trắng	*(to be) white*
trẻ	*young*
trẻ con	*child*
treo	*hang*
trên	*on (preposition)*
trong	*in, inside*
trồng	*to grow, to plan*
trở nên	*to become (followed by an adjective)*
trở thành	*to become (followed by a noun)*
trở về	*to return*
trời	*weather (lit. sky)*

trung tâm	*center*
truyền hình vệ tinh	*satellite TV*
trưa	*noon, midday*
trứng	*egg*
trước	*in front of, before*
trước mắt	*in front of (your) eyes*
trường	*school*
trường đại học tổng hợp	*university*
tủ	*cupboard, closet*
tủ áo	*wardrobe*
tủ lạnh	*refrigerator*
tùy (tùy anh)	*to depend (it's up to you)*
tuần	*week*
tuần này	*this week*
tuần sau	*next week*
tuần trước	*last week*
tuổi	*years of age*
tư (ngày thứ tư)	*four (Wednesday)*
từ	*from*
từ điển	*dictionary*
tươi	*fresh*
tường	*wall*
uống	*drink*
và	*and*
va li	*suitcase*
vài	*a few, some*
vàng	*(to be) yellow, gold*
vào	*go in, enter*
vắng	*(to be) empty (of people), to be deserted*
vâng	*yes*
vé	*ticket*
vé (khứ hồi)	*ticket (round-trip ticket)*
vé một lượt	*one way ticket*
về	*return, come back*
về hưu	*retire*
vệ sinh	*hygiene*
vì	*because*
vì . . . nên	*because . . . therefore*
vì sao?	*why?*
viện bảo tàng	*museum*
viết	*to write*
vô tuyến truyền hình, tivi	*television*

vợ	wife
vợ chồng	husband and wife, Mr & Mrs
với	with
vừa (vừa mới)	past tense marker (recent past)
vui	cheerful, happy
vùng	area
vườn	garden
v.v.	etc.
xa	far away
xanh	(to be) blue and green
xanh (nước) biển	(to be) blue
xanh lá cây	(to be) green
xám	(to be) grey
xào	stir fry
xấu	bad, ugly
xe đạp	bicycle
xe điện ngầm	the subway
xe máy	motorbike
xe ôm	motorbike taxi
xe ô tô, xe hơi	car (North VN), car (South VN)
xin (xin mời)	please
xin lỗi	excuse me
xích lô	cyclo, pedicab, rickshaw
xoài	mango
xong	to finish, end
xung quanh	around
xuân (mùa xuân)	spring
xuống	go down, downwards, get off
xức	to wear (perfume)
y tá	nurse
ý kiến	idea, opinion
yên tĩnh	peaceful, tranquil

English–Vietnamese glossary

about	về
according to	theo
accountant	kế toán
acquainted	quen
across	sang
address	địa chỉ
afraid	sợ
afternoon	buổi chiều
age	tuổi
agree	đồng ý
air conditioning	điều hoà nhiệt độ
airport	sân bay
alcohol	rượu
allow me	xin phép cho tôi
alone	một mình
already	rồi
also	cũng
although	tuy, mặc dù, dù
always	luôn luôn
America	(nước) Mỹ
and	và
answer	trả lời
apart from	ngoài (ra)
approximately	khoảng chừng, độ
area	khu vực
around	xung quanh
as	như
Asia	Châu á
ask	hỏi
at	ở, tại
at present	hiện nay, lúc này
attend	tham dự
autumn/fall	mùa thu
banana	(quả) chuối
bank (bank account)	ngân hàng (tài khoản ngân hàng)
bathroom	phòng tắm
be	là
beach	bãi biển

bed	giường
bedroom	phòng ngủ
beef	thịt bò
beer	bia
before	trước, trước khi
begin	bắt đầu
behind	sau, đằng sau, phía sau
belong to	của (possessive particle)
bicycle	xe đạp
big	lớn, to
bindweed (morning glory; type of green vegetable)	rau muống
birthday	ngày sinh, sinh nhật
black	(màu) đen
blue	(màu) xanh da trời, xanh nước biển, xanh dương
boat	thuyền
book	sách
book a ticket	đặt trước vé
boring	chán
bowl	bát (North VN), tô (South VN)
bread	bánh mì
box	hộp
bring	đưa, mang
British	Anh
broken	hỏng
brown	(màu) nâu
brush teeth	đánh răng
bus	xe búyt
busy	bận, bận rộn
buy	mua
by means of	bằng
call	gọi
can	có thể
capital city	thủ đô
car	ô tô, xe hơi
chair	ghế
change	thay đổi
charge (a battery)	sạc (pin)
cheap	rẻ
cheerful	vui vẻ
check	séc
chicken	gà

children	trẻ con
China	(nước) Trung Quốc
chopsticks	đũa
cinema	rạp chiếu bóng
class	lớp
climate	khí hậu
cloud	mây
coconut	(quả) dừa
coffee	cà phê
cold	lạnh
color	màu
convenient	thuận tiện
cook	nấu ăn
cool	mát
country	nước, đất nước
cow	(con) bò
credit card	thẻ tín dụng
criticize	phê bình
crossroads	ngã tư, ngã ba
crowded	đông người
cure	chữa bệnh
daughter	con gái
day	ngày
dear	thân mến
decide	(quyết) định
delicious	ngon tuyệt
different	khác
difficult	khó
dish	món ăn
doctor	bác sĩ
don't	đừng
drink	uống
drive	lái xe
dry (dry season)	khô (mùa khô)
each	mỗi
early	sớm
East	(phía) Đông
easy	dễ
eat	ăn (ăn cơm)
embassy	đại sứ quán
embroidered	thêu
empty	trống

Europe	Châu Âu
evening	buổi tối
expensive	đắt
explain	giải thích, giảng
family	gia đình
famous	nổi tiếng
far	xa
fast	nhanh
father	bố, cha, ba
feel	cảm thấy
film	phim
finish	kết thúc
fish	cá
fish sauce	nước mắm
flat	căn hộ
flower	hoa
follow	theo
food	thức ăn
football/soccer	bóng đá
forecast	dự báo
forget	quên
foreigner	người nước ngoài
France	(nước) Pháp
free (of charge)	miễn phí
fresh	tươi
fridge	tủ lạnh
fried spring roll	nem rán, chả giò
friend	bạn
from	từ
fruit	hoa quả
fry	rán
full	đầy
garden	vườn
get up	dậy
give birth to	sinh
glasses	kính
gloves	găng tay
go	đi
go for a walk	đi dạo
good	tốt
goodbye	chào (tạm biệt)
goods	hàng hoá

grandfather	ông
grandmother	bà
green	(màu) xanh lá cây
group	đoàn
guest	khách
hate	ghét
have	có
have lunch	ăn trưa
have to	phải
he	anh ấy
head	đầu
headache	đau đầu
health	sức khỏe
healthy	khỏe
hello	chào
help	giúp đỡ
here	đây
high	cao
hire	thuê
history	lịch sử
hope	hy vọng
hospital	bệnh viện
hot	nóng
hotel	khách sạn
hour	giờ
house	nhà
how?	(như) thế nào?
how far?	bao xa?
how long?	bao lâu?
how many? how much?	mấy? bao nhiêu?
husband	chồng
hygiene	vệ sinh
if	nếu
important	quan trọng
in	ở, tại, vào, trong
intend	định
Italy	(nước) Ý
India	Ấn Độ
journalist	nhà báo
juice	nước hoa quả

kilometer	cây số, ki lô mét
kitchen	phòng bếp
know	biết
lacquer	sơn mài
lake	hồ
landscape	phong cảnh
language	tiếng, ngôn ngữ
large	lớn
late	muộn
laugh	cười
lawyer	luật sư
learn	học
left	(phía) trái
lemonade	nước chanh
letter	thư
library	thư viện
life	(cuộc) sống
like	thích
listen	nghe
live	sống, ở
luggage	hành lý
make	làm
mango	(quả) xoài
many	nhiều
market	chợ
marry	cưới, lấy vợ/chồng
maybe	có lẽ
meat	thịt
meet	gặp
meeting	(cuộc) họp
melon	quả dưa
menu	thực đơn
mine	của tôi
minute	phút
month	tháng
more	hơn
motorcycle	xe máy
mother	mẹ, má
mountain	núi
museum	viện bảo tàng
mushroom	nấm
must	phải

name	tên
near	gần
need	cần
new	mới
newspaper	báo
nice	đẹp, xinh
no	không
noisy	ồn ào
normal	bình thường
North	phía Bắc
not	không
now	bây giờ, hiện nay
nurse	y tá
office	cơ quan, văn phòng
often	hay
old	già, cũ
on (on top of)	trên (ở trên)
one	một
only	chỉ... thôi
open	mở
opinion	ý kiến
opposite	đối diện
orange	(quả) cam
orange (colour)	màu da cam
order (meal)	gọi (món ăn)
ought to	nên
pagoda	chùa
pain	đau
pair	đôi
papaya	(quả) đủ đủ
parents	bố mẹ
park	công viên
parking place	chỗ để xe
passport	hộ chiếu
pepper (black)	hạt tiêu
perform	diễn
perfume	nước hoa
perhaps	có lẽ
person	người
phone (mobile phone)	điện thoại (điện thoại di động)
photograph	bức ảnh
pig	(con) lợn/heo

pineapple	(quả) dứa (in the South, thơm)
place	chỗ, nơi
plane	máy bay
play	chơi
please	xin
poor	nghèo
pork	thịt lợn/heo
post office	bưu điện
prepare	chuẩn bị
print	in
profession	nghề
professor	giáo sư
propose	đề nghị
province	tỉnh
put	đặt, để
quickly	nhanh, nhanh chóng
quiet	yên tĩnh
railway station	nhà ga
rain (rainy season)	mưa (mùa mưa)
rambutan	(quả) chôm chôm
rather	khá
read	đọc
receive	nhận
receptionist	tiếp viên
red	(màu) đỏ
Red River	Sông Hồng
relatives	họ hàng
rent	thuê
repair	(sửa) chữa
reply	trả lời
reporter	phóng viên
rest	nghỉ
restaurant	hiệu ăn, nhà hàng
retire	về hưu
return	trở về, trở lại
rice (uncooked)	gạo (mạ, lúa, thóc)
rich	giàu
rickshaw	xích lô
right (side), right (correct)	phải, đúng
river	sông
road	đường
run	chạy

English–Vietnamese glossary

sad	buồn
safe, secure	an ninh, an toàn
safety deposit box, safe	két sắt
sales assistant	người bán hàng
salt (salty)	muối (mặn)
scenery	phong cảnh
sea	biển
secretary	thư ký
see	nhìn, xem, thấy
send	gửi
server	người phục vụ
shirt	áo sơ mi
shoes	giày dép
shopping	mua bán
should	nên
sightseeing	tham quan
sign	ký
silk	lụa
single	độc thân
sit	ngồi
size	cỡ, số
sleep	ngủ
small	nhỏ
smoke	hút (thuốc lá)
soup	xúp
sour	chua
South	phía Nam
speciality	đặc sản
spicy	cay
sport	thể thao
spring	mùa xuân
stall	quầy
start	bắt đầu
still	còn, vẫn còn
strong	mạnh
student	sinh viên
study	học
suburbs	ngoại ô
sugar	đường
suitcase	va li
summer	mùa hè (mùa hạ)
sunny	nắng
sweet	ngọt

table	bàn
take	lấy
take part	tham dự, tham gia
talk	nói (chuyện)
tasty	ngon
tea	trà, chè
teacher	giáo viên, thầy giáo (male), cô giáo (female)
telephone (mobile telephone)	máy điện thoại (máy điện thoại di động)
temperature	nhiệt độ
thank you	cám ơn, cảm ơn
then	thì
therefore	nên, vì vậy
they	họ
think	nghĩ
thirsty	khát
this	này
ticket	vé
time	thời gian
tired	mệt
today	hôm nay
toilet	phòng vệ sinh
tomato	cà chua
tomorrow	ngày mai
tourist	người du lịch
translate	dịch
travel	đi du lịch
tree	cây
turn	rẽ
under	dưới
understand	hiểu
university	trường đại học tổng hợp
until	đến
use	dùng
vase	lọ hoa, bình hoa
vegetables	rau
very	rất, lắm, quá
Vietnam	(nước) Việt Nam
visa	thị thực
visitor	khách

wait	chờ, đợi
wake up	thức dậy
walk	đi bộ
wall	tường
want	muốn
warm	ấm
watch (to view)	xem
watch (wristwatch)	đồng hồ
water	nước
water rice	lúa nước
we	chúng tôi, chúng ta
wear	mặc, đi, đeo, đội
weather	thời tiết
week	tuần
welcome	đón
West	phía Tây
what?	gì?
what time?	mấy giờ?
when?	bao giờ? khi nào? lúc nào?
where?	đâu?
which?	nào?
white	(màu) trắng
who?	ai?
why?	tại sao? vì sao?
wife	vợ
wind	gió
window	cửa sổ
wine	rượu vang
winter	mùa đông
with	với
work	làm việc
worry	lo lắng
write	viết
wrong	sai
year	năm
years of age	tuổi
yellow	vàng
yes	vâng
young	trẻ

Can-do statements

UNIT	CEFR level	ACTFL level	CAN-DO STATEMENTS
UNIT 1	A1	Novice High	I can establish basic social contact by using simple everyday forms of greetings, farewells and introductions.
			I can address people and ask about their name and nationality.
UNIT 2	A1	Novice High	I can produce simple mainly isolated phrases and sentences to describe people I know.
			I can use a series of phrases and sentences to describe family.
UNIT 3	A1	Novice High	I can handle numbers, quantities, cost and time.
			I can indicate time.
UNIT 4	A1	Novice High	I can name the days of the week and months of the year.
			I can engage in a basic conversation about schedules in a specific time context (past, present or future).
			I can ask when something happened and will happen.
UNIT 5	A2	Intermediate Low	I can ask for and understand directions.
			I can ask about distances and the time it takes to get somewhere.
			I can discuss different means of transport.
			I can make polite requests or suggestions and issue commands.
UNIT 6	A1	Novice High	I can use a range of adjectives to describe people, objects and places.
			I can ask what something is like.
			I can state likes, dislikes and preferences.

UNIT	CEFR level	ACTFL level	CAN-DO STATEMENTS
UNIT 7	A2	Intermediate Low	I can execute a basic shopping conversation.
			I can ask for an item in a particular size, quantity and colour, ask about its price and haggle to obtain a discount.
UNIT 8	A2	Intermediate Low	I can find specific, predictable information in simple everyday material such as menus.
			I can communicate simple and routine tasks requiring a simple and direct exchange of information on familiar topics and activities.
UNIT 9	A2	Intermediate Low	I can ask for and provide everyday goods and services.
			I can get simple information about travel.
UNIT 10	A2	Intermediate Low	I can get simple information about travel, use of public transport, give directions and buy tickets.

Notes

Use these pages to keep a record of Vietnamese-language resources you've discovered (songs, playlists, series, movies, books, social media accounts, blogs or websites) and add a rating for future reference. You can dedicate a page to note new vocabulary and another for questions you need answered (and then add the answers as you find them). Enjoy!